# புரச்சியாளன்

ஹுசைனா.ஸா

புக் வெஞ்சர்ஸ்

**புரட்சியாளன்**
ஆசிரியர் © ஹுசைனா.ஸா

முதற்பதிப்பு 2021
பக்கங்கள் 191

Published by Book Benchers 2021


ISBN 978-93-5533-179-3

ThebookBenchers@gmail.com
Contact 9944992571

Affliateded By
Aelay Publish
www.aelaypublish.com

# பதிப்புரை

## Book Benchers;

உங்கள் எழுத்துக்கள் உலகத்துடன் பேசட்டும் வழங்கும் தொகுப்புநூல் 'புரட்சியாளன்'.

வணக்கம் மக்களே! என்னை எழுத்தாளன் ஆக்கிய என் தாய்மொழி தமிழுக்கும், புத்தக பிரியர்களுக்கும் தமிழ் உள்ளங்களுமாகிய உங்கள் அனைவருக்கும் என் அன்பான வணக்கங்கள்.

உங்களில் ஒருவராகிய நான், தற்போது புரட்சியாளன் புத்தகத்தில் தொகுப்பாளராக செயலாற்றுகிறேன். புரட்சி என்பது முதலில் நம் வீட்டில் இருந்து ஆரம்பிக்க வேண்டும்! ஏன் தெரியுமா? நம் வீட்டிலே ஆண் என்றால் தலைவனாகவும், பெண் என்றால் அடிமையெனவும் கருதுகிறோம்! சாப்பாட்டு விடயத்தில் இருந்து வேலை பார்ப்பது வரை ஆணுக்கு ஒரு நியாயம், பெண்ணிற்கு ஒரு நியாயம்.

முதலில் இந்த பாகுபாட்டை மாற்றி ஆக வேண்டும். நம் வீட்டில் என்றைக்கு ஆண் பெண்ணிற்கு சமஉரிமை கொடுக்கின்றோமோ அன்றைக்கு தான் புரட்சி ஆரம்பிக்கும்...!

அடுத்ததாக, சமூகத்தில் மாற்றம் ஏற்ப்படுத்த வேண்டும்.சமூகத்தில், மூடநம்பிக்கை என்னும் சாக்கடை நிரம்பியுள்ளது. இந்த சாக்கடையை சுத்தம் செய்வது ஒவ்வொரு குடிமகனின் கட்டாய கடமையாகும். இதுமட்டுமல்ல, நிறம், இனம், சாதி, ஏழ்மை, பஞ்சம்,

அரசியல், குழந்தை தொழிலாளர், பாலியல் வன்கொடுமை போன்ற காரணத்தினால் பெரும்பாலான மக்கள் அவதிப்படுகின்றனர். இதனை ஒழிப்பதே இப்புத்தகத்தின் முயற்சி!

இப்புத்தகத்தை வாசித்து முடிக்கும் தருவாயில், நீங்கள் ஒவ்வொருவரும் ஒரு புது மனிதனாக நிச்சயம் பிறப்பெடுப்பீர் !

இப்புத்தகத்தில் பள்ளி மாணவர்கள் தங்களது கவித்திறனை நிருபித்துள்ளனர்.

1)நா. கயிலாஷ் - எட்டாம் வகுப்பு
காரைக்குடி மகரிஷி வித்யா மந்திர் மெட்ரிக் மேல் நிலைப்பள்ளி காரைக்குடி

2)சு. அ. யாழினி - ஒன்பதாம் வகுப்பு
ஸ்ரீ விக்னேஷ் வித்யாலயா பள்ளி, திருச்சி.

3)அபினேஷ் வ - பன்னிரண்டாம் வகுப்பு
பி எஸ் ஜி சர்வஜன மேனிலைப்பள்ளி

4) பிரேஷ்மா முருகன்

உங்கள் நால்வருக்கும் எங்கள் நெஞ்சார்ந்த வாழ்த்துக்கள்!

**உங்கள்**
**ஹுசைனா.ஸா**
**புனைப்பெயர் : ஆயிஷா**

# வாழ்த்துரை

அன்புடையீர் வணக்கம்

எனது மாணவி ஹுசைனாவின் வேண்டுகோளுக்கிணங்க "புரட்சியாளன்" என்ற கவிதைத் தொகுப்பிற்கு வாழ்த்துரை வழங்குவதில் மட்டற்ற மகிழ்ச்சி அடைகிறேன்.

இத்தொகுப்பை பற்றிய எனது எண்ண ஓட்டங்களை உங்களிடம் சேர்க்க அவர் கொடுத்த வாய்ப்புக்கு எனது நன்றியை தெரிவித்துக் கொள்கிறேன்.

பல வரி கதைகள் பேசாத மொழியை கூட சில வரி கவிதைகள் பேசும். ஏனென்றால் அந்த சில வரிகள் பல வலிகளை கடந்து வந்திருக்கும். ஒருவரது அனுபவத்தை பிறருக்கு பாடமாக மாற்றும் வித்தை கவிதைகளுக்கு உண்டு.

அவற்றின் வார்த்தைகளின் வலிமை மனதை துளைத்து புரட்சியை ஏற்படுத்தும். அப்படியிருக்க இக்கவிதைத் தொகுப்பின் தலைப்பே புரட்சியாளன் என்றிருக்க அது உங்கள் மனதை துளைக்காது இருப்பது எப்படி!!!

சமூகத்தில் நிகழும் அவலங்களை கண்டு அமைதிக் கொள்ளாமல் தங்களது கருத்துக்களையும் உணர்ச்சிகளையும் அக்கறைகளையும் கவிதைகளாக பலர் செதுக்கியதை, ஒரு தொகுப்பாக எனது மாணவி உங்களுக்கு வழங்குவதில் மிகுந்த மகிழ்ச்சி அடைகிறேன். அவரது முயற்சியை நான் உளமார பாராட்டுகிறேன்.

இத்தொகுப்பினை உங்கள் விழிகள் நோக்க, உதடுகள் வாசிக்க, செவிகள் கேட்க, உங்கள் இதயம் சேர்ந்து,

சிந்தனையாக உருவெடுத்து, செயலாக வெளிவர எனது வாழ்த்துக்கள்.

சமூகத்தில் ஏற்படும் மாற்றம் என்பது ஒரு தனி மனிதனிடம் இருந்துதான் துவங்குகிறது.

இன்றைய சிறு முயற்சி
நடத்தும் ஒரு புரட்சி
தரும் நல் மறுமலர்ச்சி
செய்யும் ஒரு மறுசுழற்சி - அதனால்
காண்போம் எழுச்சி
அடைவோம் மகிழ்ச்சி

ஏன் அந்த முயற்சி உங்களுடையதாக இருக்கக்கூடாது? என்ற கேள்வியை உங்கள் மனதில் விதைக்கிறேன்.

மேலும் இதுபோன்ற தொகுப்புகளையும் படைப்புகளையும் சமூகத்திற்கு கொடுக்க வேண்டும் என்ற இந்த வேண்டுகோளையும் எனது அன்பின் வாழ்த்துக்களையும் தெரிவித்துக் கொள்கிறேன் ஹுசைனாவிற்க்கு.

**வாழ்த்துக்களுடன்,**
**பெலின்ஷா விகில்ஸ்,**
**அரசு பணி தேர்வு பயிற்சியாளர்**

## தொகுப்பாளர் சிறு குறிப்பு:-

ஹுசைனா ஸா என்னும் இவர் இந்தியாவின் தெற்பகுதியான கன்னியாகுமரியில் 25-07-2000 யில் பிறந்தவர். புனித ஜோசப் மெட்ரிக் மேல்நிலைப்பள்ளியில் பள்ளி படிப்பை முடித்த இவர், கோணம் அரசு கலை மற்றும் அறிவியல் கல்லூரியில் பி.ஏ.ஆங்கிலம் முடித்துள்ளார். இவர் 25 புத்தகங்களில் துணை ஆசிரியையாய் இருந்ததோடு, "சர்வைவல்" என்னும்  புத்தகத்தை தொகுத்துள்ளார.மேலும் 2 புத்தகங்களை தொகுத்துக் கொண்டிருக்கிறார். இவர் ஓர் சமூக போராளி. வெறும் 21 வயதே ஆன இவ்வீரப்பெண், வீரத்தமிழ் என்னும் இதழில் ஆசிரியராய் இருக்கிறார்.ஏழை மக்களுக்கு உதவும் நோக்கில் பல அறக்கட்டளைகளில் பணியாற்றுகிறார்......
இவர் கவிதை ஜெர்மணி வானொலியில் ஒலித்து ள்ளது! இவர் பல இதழ்களில் எழுதியுள்ளார்..இவரைப் பற்றி மேலும் விபரம் பெற

**Instagram : @husaina_25**
**Gmail : husainahuss000@gmail.com**
**Youtube : 20 Husaina S**

| | |
|---|---|
| 12 | பயிற்சி முயற்சி புரட்சி (நா.கயிலாஷ்) |
| 13 | அருமை பழம் (நா.கயிலாஷ்) |
| 14 | வாழ்க்கைப்பாடம் (நா.கயிலாஷ்) |
| 15 | மனித நேயம் (நா.கயிலாஷ்) |
| 16 | திறமை (நா.கயிலாஷ்) |
| 17 | கல்வி புரட்சி (நா.கயிலாஷ்) |
| 18 | பசுமைப்புரட்சி (நா.கயிலாஷ்) |
| 19 | புதுமைகள் செய்வோம் (ஜெ.ஸ்ரீமதி) |
| 20 | மாற்றம் உன்னிடமே (ஜெ.ஸ்ரீமதி) |
| 21 | விழித்து வா (கு.கிருஷ்ணா) |
| 22 | காந்தி தேசமே (ஜெ.ஸ்ரீமதி) |
| 23 | வாழ்க்கையை நேசி (ஜெ.ஸ்ரீமதி) |

| | |
|---|---|
| 35 | பெண் வாழ்க்கை போராட்டம் (ஜெ.ஸ்ரீமதி) |
| 36 | சாதனைப்பெண்கள் (ஜெ.ஸ்ரீமதி) |
| 37 | கேள்விக்கு விடை என்ன (ஜெ.ஸ்ரீமதி) |
| 38 | விடியும் ஒரு நாள் தோழா (ஆ.சினேகா பி.லிட்) |
| 39 | அறுத்த அரை (நா.மு.அசித் குமார்) |
| 40 | பச்சைநிறக்_கெழு (நா.மு.அசித் குமார்) |
| 41 | மாற்றம் காண்போம் (மீ.அனு) |
| 42 | சமமே அறம் (தயாலினி குணசேகரன்) |
| 43 | எண்ணத்தின் இயல்பு (இரா.புனிதவதி) |
| 44 | பாவையின் வாழ்வு (மு.காயத்ரி) |
| 45 | மனிதனே விழித்திடு (மு.காயத்ரி) |
| 46 | பெண்மையை தீண்டாதே (மு.காயத்ரி) |
| 47 | வைதவியம் (மன்பியா) |
| 48 | படிக்காமல் சொல்லட்டும் (மன்பியா) |

| | |
|---|---|
| 49 | எது பெண்ணியம் (மன்பியா) |
| 50 | இன்னொரு விதி செய்வோம்! (ம.கலையரசி) |
| 51 | எம் சமூகமும் ! எனக்கான சமூகமும் (தேடல் மணி) |
| 52 | இச்சமூகத்தில் பெண் (தேடல் மணி) |
| 53 | ஜாதி என்னும் பெருந்தொற்று (தேடல் மணி) |
| 54 | சட்டத்தைக் காப்போம் (தேடல் மணி) |
| 55 | மாற்றத்தில் ஒரு நாள் (மு.நெல்லையப்பராஜா) |
| 56 | சமூகமே! நீ மாறிடு (அ.அஸ்ரப் ஜுனைத்) |
| 57 | பொய் முக மனிதர்கள் (அ.அஸ்ரப் ஜுனைத்) |
| 58 | மனிதம் (அ.அஸ்ரப் ஜுனைத்) |
| 59 | வேண்டும் (அ.அஸ்ரப் ஜுனைத்) |
| 60 | மக்கள் பண்பு (அ.அஸ்ரப் ஜுனைத்) |

| | |
|---|---|
| 61 | அவலம் (அ.அஸ்ரப் ஜுனைத்) |
| 62 | பிறப்பின் கொடுமை (கிருத்திகா முத்துசாமி) |
| 63 | அரிவையின் அழுகுரல் (மு.முத்தமிழ் சூரிய பிரதிப்) |
| 64 | மாதத்தின் மூன்று நாள் (மு.முத்தமிழ் சூரிய பிரதிப்) |
| 65 | நான் மாற வேண்டும் (சி.ஷர்மிளா) |
| 66 | விழித்துக்கொள் பெண்ணே (இளங்கவி இரா சதீஷ் குமார்) |
| 67 | காமகண்களை களைத்தல் (பாத்திமா ஜாப்ரின் கா.அ) |
| 68 | வேற்றுமையில் ஒற்றுமை (அபிராமி ராமகுமார்) |
| 69 | கைகள் ஓங்கட்டும் (ம.சுதா) |
| 70 | கரும்பும் கரும்பு சர்க்கரையும் (ஜான் போஸ்கோ) |
| 71 | பாரம்பரிய சீருடை (ஜான் போஸ்கோ) |
| 72 | பிறரை சார்ந்த பொருளாதாரம்<br>தன்னை சார்ந்த பொருளாதாரம் (ஜான் போஸ்கோ) |

| | |
|---|---|
| 88 | புதியதோர் உலகம் (தமிழின் தோழன்) |
| 89 | மனமே மாறு (ம.ராகவைத்தமாநிதி |
| 90 | ஆசை ஆசை (மினு.வி) |
| 91 | மது ஒழிப்பு (நந்தினி) |
| 92 | உரிமைக்குரல் (சு.அசோக் குமார்) |
| 93 | மழலையின் அவலங்கள் (ப.ஹறிணி (kaviyin_kadhali) |
| 94 | சாதி என்னும் தீ ( ஆ.தனலட்சுமி ஆனந்த்) |
| 95 | பெண்கள் என்ன பெட்டகமா (மு.முஹம்மது உமைர்) |
| 96 | மரணம் வென்ற மறவன் (தமிழ்ச் சேவகி த.சிந்துகவி) |
| 97 | இது புதுமை பெண்கள் புத்துயிரளித்த பாஞ்சாலி சபதம் ! (பா.கவுசிகா பார்கவி) |
| 98 | மாற்றமே மாறாதது (இரா.கலைவாணி எம்.ஏ) |
| 99 | யாவரும் புரட்சியாளரே (கவிஞர் மே.மு.மணிமாறன்) |
| 100 | வருங்காலத்தில் எது வேண்டும்? (சீ.மோகன் ராஜ்) |
| 101 | வாழவைப்பதையும் சற்று வாழவிடுவோம் (பா.அனுஷாயினி) |

| | |
|---|---|
| 102 | மாற்றங்கள் சிந்தனைகளில் தொடங்கட்டும் (பா.அனுஷாயினி) |
| 103 | பெண்ணின் உரிமை (சு.அ.யாழினி) |
| 104 | எனது பாரதம் (சு.அ.யாழினி) |
| 105 | சாதி ஒழிப்பு (சு.அ.யாழினி) |
| 106 | பெண் ஏன் அடிமையானாள் (சு.அ.யாழினி) |
| 107 | விவசாயி மகன் வெளிநாட்டில் (இராம ஹரி பிரகாஷ்) ( தமிழ் தீவிரன் ஹபி) |
| 108 | வீறு கொண்டெழு மனமே (முனைவர் கவி சு.நாகவள்ளி ,மதுரை) |
| 109 | புரட்சி வேந்தன் (கவிஞர் பாரதி பாஸ்கி) |
| 110 | எதற்கு (சிவஸ்ரீ.ம) |
| 111 | துணிந்து வா (சிவஸ்ரீ.ம) |
| 112 | புரட்சி விதை (தமிழினியா) |
| 113 | தமிழ்ப்புரட்சி (அ.முகிலன்) |
| 114 | பறந்த பசுமையை மறந்த கதை (ராஜ ராஜேஸ்வரி) |
| 115 | இயற்கையின் இழப்புகள் (ராஜ ராஜேஸ்வரி) |

| | |
|---|---|
| 116 | புரட்சியின் பிறப்பிடம் (ஸ்ரீவிகா.ரா) |
| 117 | உரிமை (விசாகன் கார்த்தி) |
| 118 | அணைக்கவேண்டிய தீ (கலியுக பாரதி அபினேஷ்)<br>சமூகநீதியின் குரல் ( சு.யாழினி) |
| 119 | சாமானியனின் (ஏ) மாற்றம் (தேடல் மணி) |

## நம்பிக்கை

தன்னம்பிக்கை தன்னிடம் தான் உள்ளது...
உனது உழைப்பை காட்டு
முயற்சி செய் உன்னால் முடியாதது
என்று எதுவும் இல்லை
நீ நான் தோற்கவில்லை என்று
நினைக்கும் வரை..
ஒவ்வொரு நிமிடமும்
நீ வெற்றியை தான் காண்பாய்
மாற்றி யோசி மாற்றம் தானாக உருவாகும்!
நம்பிக்கை மீது நம்பி கை வை !
நாளைய வரலாற்றில் நீயும் ஒரு புத்தகம் !

**-நா. கயிலாஷ்**

## மாற்றமே மகத்துவம்

மாணவனே உலகமே உன்னை
தாழ்வாக கூறினாலும்
உன் உழைப்பை காட்டு..
படிப்பு என்ற சாலையில்
நேர்வழியில் சென்றால்...
வாழ்க்கை என்னும் போராட்டத்தில்
நல்ல பாதையை காண்பாய்...
உன் மாற்றமே நாளைய
சமூக மாற்றம்...
பாதையை தேடு !
வெற்றி நடை போடலாம் !

**- நா. கயிலாஷ்**

## இமயமும் இடுப்பளவு தான்!

புதுமையை தேடுபவன்
புரட்சியாளன் என்றால்
நானும் புரட்சிகாரன் தான்...என்னில்
புதுமையை பார்க்கிறேன் இக்கவிதையால் !
நான் நினைக்கிறன் கயிலாய
மலையின் உயரத்தையும் கயிலாஷ்
நினைத்தால் அடையலாம்...
இன்று புத்தகத்தை புரட்டினால் நாளைய
சரித்திரம் உன்னை வாசிக்கும்
புரட்சி செய்
பூவுலகம் உன்னை திரும்பி பார்க்கும்...

**-நா. கயிலாஷ்**

## இந்தியத்துடிப்பே

இந்தியனே தர்மத்தின் காவலனே!
தலைகுனியாதவனே
ஏனடா உனக்குள் இந்தப் போராட்டம்?
இதயத்துடிப்பில் பாதித்துடிப்பை
இந்திய துடிப்பாய் பதிவு செய்!
மாற்றத்திற்கு தேவை
வெறும் இதயத்துடிப்பல்ல
இந்திய துடிப்பே!

**- நா. கயிலாஷ்**

## தடைகளை உடை

மரம்
உதிரும்
இலைகளை எண்ணுவதில்லை
இலைகள் நித்தம்
உதிருமென அறிந்தும்
துவண்டு துளிர்ப்பதை
துளியும் நிறுத்துவதில்லை
துவளாதே தணிந்து
துயர்துடைத்து நில்..!

துள்ளி எழுந்து
துதிக்கை பலம்கொள்
துருவென துருப்பிடித்து
துயில்கண்டு கிடக்காதே...!
துறுதுறுவென துடிப்புடன்
துணிவுகொண்டிரு

தன்னம்பிக்கை கொள் பெண்ணே.....!

தடைகளை துரத்து..!
விரக்தியை விரட்டு...!
தடைகளின்றி தரணியில்
தடம் பதித்திடு பெண்ணே...!

**-நா. கயிலாஷ்**

## முயற்சி

முட்டைவெளியிலிருந்து
உடைக்கப்பட்டால்
ஒரு வாழ்க்கை முடிவடைகிறது....
அதே முட்டை உள்ளிருந்து
உடைக்கப்பட்டால்
ஒரு வாழ்க்கை ஆரம்பமாகிறது...
முட்டை மதிப்பெண்ணை
முடிந்து போனதாக
எண்ணி வருந்தாதே...
முட்டையின் கால்சியம்
உனக்கு அவசியம்
நீ எழுந்து நிற்க....
நம்பிக்கையின் மீது நம்பி கை வை!
முட்டையும் நூறாகும்...
முட்ட முட்ட வெளியே வரும் கோழிக்குஞ்சு போல...
உன் முயற்சியால் தகரமும் தங்கமாகும் !

**-நா. கயிலாஷ்**

## நம்பிக்கை அதானே எல்லாம்...

பலகோடி செல்வமும் பல்வேறு வசதியும் வளமோடு
வாழ்வோம் வழங்கிடும் சுற்றமும்...
உலகிலே நல்லதாய் உறவெல்லாம் பெற்றாலும்...
அளவு ஏதும் இன்றியே சீர் பலவும் செய்தாலும்...
இன்று கொரோனா நிலம் இதில் என்றுமே நிச்சயம்
தேவையாம் நலமோடு நாம் வாழ நம்பிக்கை என்பதே...
மாணவர்கள் மனதிலே
விலகாது நெஞ்சிலே விதைப்போம் நம்பிக்கை...
சுலபமாய் வெல்லலாம் சுகமுடன் வாழலாம் !

**-நா. கயிலாஷ்**

## நேரம் நம் கையில்...

நாம் கண்டுபிடித்த
கடிகாரம் சற்றும் ஓயாமல்
உழைத்துக் கொண்டே இருக்கின்றது...
ஆனால் நாமோ கடிகார
சத்தத்தையே காலமெல்லாம்
நம்பிக் கொண்டிருக்கின்றோம்.
போதும் இனி எழு
உலகை உழு
உயர்வை எடு
விடியல் தொடு!

**-நா. கயிலாஷ்**

## மனிதனும் புனிதனாவான்

ஆசையைத் துறந்தால் முனிவன்...
அறிவை வென்றால் அறிஞன்...
படைப்பில் அவனும் பாவலன்...
கலையை படைப்பதில் ஓவியன்...
சிலையை வடிப்பதில் நிபுணன்...
சிந்தனை செய்வதில் ஜோதிடன்...
சரித்திரம் படைப்பதில் மாமன்னன்...
புரட்சி செய்வதில் புரட்சியாளன்...
அடைமொழியும் அழகாகும்
மண்ணில் பிறந்த மனிதன்  புனிதனானால்...
எப்போது?
மனிதநேயம் இருந்தால்!

**-நா. கயிலாஷ்**

## பயணம்

பயணம் பார்த்து செலவழிக்க
வேண்டிய தங்கக்காசு..
ஆன்லைன் வகுப்பில் பயணிக்கும்
ஒவ்வொரு நாளும் பள்ளி வாழ்க்கையும்
ஒரு இனிய பயணம் என்று உணர்த்துகின்றது..
மாணவர்களே விழித்து எழுந்தவுடன்
கிடைப்பதில்லை வெற்றி...
விழுந்து எழுந்தவுடன்
கிடைப்பதே வெற்றி...
பயணியுங்கள் வெற்றிப்பாதையில் !

**-நா. கயிலாஷ்**

## எது வீரம்?

காந்திஜியின் வீரம் அகிம்சை...
நேருவின் வீரம் சமாதானம்...
அம்பேத்காரின் வீரம்
தீண்டாமையொழிப்பு
அன்னை தெரசாவின் வீரம் அன்பு...
நெல்சனின் வீரம் அமைதி...
அப்துல்கலாமின் வீரம் கண்டுபிடிப்பு...
இளைஞர்களே இளைஞர்களே!
வளரும் இந்தியாவை
வளர்ந்த இந்தியாவாக மாற்றுவதே நம் வீரம்!

**நா. கயிலாஷ்**

## பயிற்சி முயற்சி புரட்சி

தத்தித் தவழும் குழந்தைகள்
எத்தனை முறை விழுந்தாலும்
எழுந்து நிற்க முயலவில்லையா...??
கழிவுநீர் சேர்வதால்
ஆற்றுநீர் ஓடுவதை நிறுத்தி விட்டதா...??
தடைக்கற்கள் ஏராளமாக வந்தாலும்
சாதனையாளர்கள்
சாதனை செய்ய மறந்தனரா...??
எது வந்தாலென்ன
முயற்சி செய்ய மறக்கலாமா?
பயிற்சி செய்தால்
முயற்சியும் புரட்சியாகும்!

**- நா. கயிலாஷ்**

## அருமை பழம்

ஆக்கம் தரும் பழம்...
இனிமை பழம்...
ஈ மொய்க்கும் பழம்...
உணவாகும் பழம்...
ஊட்டச்சத்து தரும்பழம்...
எண்ணமெல்லாம்பழம்..
ஏழைக்கும் பழம்...
ஐ எனசொல்ல வைக்கும் பழம்...
ஒருவர் விற்கும் பழம்...
ஓரமாக மின்னும் பழம்...
ஆரோக்கியம்! அபாரம்! வியாபாரம்! அமோகம்!

மின்னணு வியாபாரம் மறுத்து
சாலையோர வியாபாரம் ஆதரிப்போம் !
புரட்சியை சாலையோரத்தில் இருந்து ஆரம்பிப்போம் !

**- நா. கயிலாஷ்**

## வாழ்க்கைப்பாடம்

இருவரிகளில் வாழ்க்கை பாடம்
படிக்கவேண்டுமா
திருக்குறளை படியுங்கள்
படிக்காதவரும் மேதை ஆகலாம் !

**-நா. கயிலாஷ்**
**காரைக்குடி**

## மனித நேயம்

கடல் நீர் வற்றாமல்
இருக்கும் வரை
கடலில் மீன் இருக்கும் ..!!

அதுபோல் ...
அன்பும் பாசமும்
மனித மனங்களில்
வற்றாமல்
இருக்கும்வரை
மனித நேயம்
உலகத்தில் இருக்கும் ...
மாணவர்களே நாம் நினைத்தால்
நாளைய தலைமுறையினரிடம்
மனிதத்தை விதைக்கலாம் !
மனம் வைப்போம் !
மனிதத்தை விதைப்போம் !

**0நா. கயிலாஷ்**

## திறமை

தன்னம்பிக்கை என்ற மெழுகுவர்த்தி
உனக்குள்ளே தீராத வரை சாதனை
என்னும் தீப ஒளி உன் திறமைகளால்
சுடர் விட்டு எரியும்.
உன் வாழ்வில் நீ ஒளியாக
இருக்க வேண்டுமானால்
முதலில் திரியாக இரு !

**நா. கயிலாஷ்**

## கல்வி புரட்சி

குழந்தைகளிடம் அதிக நேரம்
செலவு செய்பவை
பொம்மைகள்...

குழந்தைகளிடம் அதிக நேரம்
பேசிக் கொண்டிருப்பவை
பொம்மைகள்...

குழந்தைகளின் உற்ற தோழனாய்
கூடவே இருப்பவை
பொம்மைகள்...

படிக்க படிக்க பழக்கம் வரும்..
படித்தப்பிறகு அதுவே வழக்கம் வரும்...
பொம்மைக்கு கற்று தரும் உன் எண்ணம் ஒரு பெருந்தவம்...

பிஞ்சு கையில் இருக்கும் புத்தகம்...
புத்தியை ஆக்கும் நூலகம்...
பக்கங்கள் யாவும் அனுபவம்
பக்குவம் கூடும் அனுதினம் !

பொம்மைக்கும்
புரிந்து விட்டதோ
கல்வி என்பது பலமே !
கற்றல் என்பது சுகமே !

**- நா. கயிலாஷ்**

## பசுமைப்புரட்சி

காந்திக்கு ஞானம் அகிம்சையில்...
புத்தருக்கு ஞானம் போதி மரத்தடியில்...
புத்தியுள்ளஒருவருக்கு
ஞானம் புத்தகப்படிப்பில்...

என்னைப் போன்ற இளைஞனுக்கு
ஞானம் பசுமைப் புரட்சியில்!

**-நா. கயிலாஷ்**

## புதுமைகள் செய்வோம் !

பெண்ணே புதுச் சரித்திரம் உருவாக்குவோம் !
ஓர் மாற்றம் என்பது
நாளைக்கான மாற்றமல்ல!
ஓர் புதியதோர் உலகிற்கான மாற்றம்...
மூடநம்பிக்கையால் முகவரி இழக்காதீர்கள்!
வாழ்த்துக்கள் கூறி
வரவேற்போம் புத்துலகை !
அது வலுவூட்டட்டும்
வறியவர்களின் தோளை...
பசுத்தோல் போர்த்திய புலிகள்!
சூரியனை கண்ட பனிபோல மறையட்டும்...
ஆணவம் கொண்ட அகந்தையின் மனிதர் !
ஆணிவேர் அறுந்த மரம்போல் சாயட்டும்...
சாதிக்காக போர்க்கொடி தூக்கிய சங்கங்கள் !
இனி நீதிக்காக போர்க்கொடி தூக்கட்டும்...
மதங்களுக்காக மாண்ட இதயங்கள் !
இனி மனிதனுக்காக வாழட்டும்... சுயநலத்தால் சுவடு
இழந்த உள்ளங்கள் !
இனி பிறர் நலனில் வரலாறு படைக்கட்டும்...
அடக்கு முறைகளுக்காக எழும்பிய கைகள் !
இனி ஆதரவு அற்றவர்களுக்காக எழும்பட்டும்...
மூடநம்பிக்கையால் முகவரி இழந்த முகங்கள் !
இனி கல்விக் கணையால் கண் திறக்கட்டும்...
பொய்மைக்காக குரல் கொடுத்த உதடுகள் !
இனி வாய்மைக்காக உரக்க முழங்கட்டும்... சமத்துவம்
தழைத்தோங்க அன்பு என்னும் ஆயுதத்தை கையில்
எடுப்போம்!
புத்துலகம் படைப்போம் !

**-ஜெ. ஸ்ரீமதி**

## மாற்றம் உன்னிடமே...

நீ நினைத்தால் அனைத்தையும் மாற்றலாம்...

முடிந்தால் முடிந்தது என எண்ணாமல் முடிந்தாலும்
உழைத்திட முடியுமென முயலும்...

உடைந்ததால் உடைந்தது என எண்ணாமல் உடைந்தாலும்
உருப்பெற முடியுமென முயலும்...

விழுந்ததால் விழுந்தது என எண்ணாமல் விழுந்தால்
எழுந்திட முடியுமென முயலும்...
முடியாது என உலகே உன்னை முடக்கினும் இயலாது என
எல்லோரும் உன்னை ஒத்துக்கினும்
முடியும் எண்ணமும் முயலும் திண்ணமும் வேண்டும்
உனக்கு...

மாற்றம் தானாக உருவாகாது
நாம் தான் உருவாக்க வேண்டும் !

**-ஜெ.ஸ்ரீமதி**

## விழித்து வா!

பறை அடுச்சு
ஆடி விளையாடும் மக்களுக்கு

வானலவில் சொந்தம்

அந்த சொந்ததில் ஒரு மகிழ்ச்சி
எம்மக்களுக்கு

அவர்கள்
மகிழ்ச்சியில் ஈடுயில்லை..!

அப்போது இல்லாத
சிறு பகையும் கோவமும்
இப்போது
ஏன் வந்தது

வேறு ஒன்றும் இல்லை
என் ஜாதி
என் மக்கள்
மட்டும் எனக்கு சொந்தம்

அது வெறும் ஜாதி
அது வெறும்
சிலந்திகூடு....!

உன்னை நீயே சிறைப் பிடிக்காதே
உன்னை சுற்றி இருப்போர்களையும்
சிறை பிடிக்கவைக்காதே

நம்வாழும் இப்பூமியில்
பெரியார்
அம்பேத்கார்
காரல்மார்க்

அவர்கள் ஜாதி என்று பார்த்தால்

பெண்கள் சுதந்திரமாய் நடமாடி இருக்க மாட்டார்கள்
உனக்கு தாய் ஒன்றும் கிடைத்து இருக்காது..!

சட்டம் இல்லை யென்
நாம் குற்றம்
இன்னும் பெருகி கொண்டே தான் போய் இருக்கும்

இந்நாட்டில் திருடர்கள் ஆதிக்கம் தான்

ஜாதிகள் இல்லையடி பாப்பா
பாரதியார்

ஆனால் இன்னும் என் நாட்டில்

பிஞ்சுக்கும் நெஞ்சை விதைத்து
அந்த விதைக்குள் ஜாதியை ஊட்டுகிராய்

சொரூட்டும் உன் கையில் அவர் புத்திக்கு
சமத்துவம் கத்து கொடு
புரட்சிசெய்ய கத்து கொடு

என் மகனுக்கு புரட்சி எதுக்கு
சமத்துவம் எதற்கு

அடே
உன் பிள்ளையைய்
உனை போல் வளர்க்காதே

உன் பிறப்பு ஒரு சாக்கடை

அவன் பிறப்பு ஒரு போராளி
அவனை ஏமாற்றதே

அவனை அவனாக வாழவிடு

சகமனிதனாக
இல்லை

ஒரு புரட்சியாளனாக...!

தூங்கியவர்களை விழிக்க
வைத்த காலம் போய்

இன்னும்
தூங்கிக்கொண்டு
தான் இருக்கிறார்கள்
ஜாதியால்

விழித்து வா!

**- கு.கிருஷ்ணா**

## காந்தி தேசமே

உயர் பண்புகள் யாவும் ஒளிர்விடும் காந்தி தேசம்...

பண்பாட்டுக் கூறுகள் யாவும் பளிச்சிடும் காந்தி தேசம்...
நல்லதொரு சமுதாய அமைப்பை நல்கிய காந்தி தேசம்...

மன்னரும் மக்களும் மகிழ்வுடன் மணம் வீசிய காந்தி
தேசம்...
தமிழும் புலவரும் தனித்துவம் பெற்ற காந்தி தேசம்...

அறச்சாலை பல அமைத்த அருமை காந்தி தேசம் ...

மறத்திலும் அறம் போற்றிய அழகு காந்தி தேசம்...

மான வாழ்வில் மங்காது உயர்ந்த காந்தி தேசம்...

பல்வகை மக்கள் ஒற்றுமையாக ஒன்றுபட்ட காந்தி தேசம்...

வட மதுரை கண்ணன் அருளிய கீதையும்...
தென் மதுரைத் திருவள்ளுவர் அருளிய குறளும்...
அச்சாக உடையது காந்தி தேசம் எனும் இந்தியா என்னும்
மெய்யறிவுத்தேர்...
இத்தேர் மங்காமல்
என்றும் வலம் வர நாம் பாடுபடுவோம்!

**-ஜெ .ஸ்ரீமதி**

## வாழ்க்கையை நேசி

வாழ்க்கை உனது வாழ்ந்து பாரு...
விண் ஏறிப்போக ஏணி தேடு... கற்சிலை நீ அல்ல
உருவாக்கும் சிற்பியே நீ தான்!
இதை நம்பு சோகம் துரத்தினாலும் உன்
நடையில் வேகம் கூடட்டும்...
தோல்வி வந்தால் துவண்டு போகாதே தோல்வியின் மீதேறி
வெற்றியை எட்டிப் பிடி!
வாழ்க்கை உனது வாழ்ந்து பாரு
அதை நேசிக்கத் தொடங்கு... அப்போது வானம் உந்தன்
பக்கத்தில் !கைக்கு எட்டும் தூரத்தில் !

**-ஜெ. ஸ்ரீமதி**

## புரட்சிசெய்வோம்

படிக்காதவர் மேதையாக முடியுமா?
சாதாரணமாகச் சொல்லலாம் உதாரணமாக ஓயாமல் உழைத்திட்ட மாமனிதரை...
கர்மவீரர் காமராஜர் பெருந்தகை பள்ளிப்படிப்பை முடிக்காது
போனவர்தான்....

படிக்காதோர் எங்கும் இருக்க கூடாதென்று ஊர்தோறும் கல்விச்சாலைகளைத் திறந்த பகுத்தறிந்த பட்டதாரி நம் காமராஜர்...

பகுத்தறிவை பறைசாற்றும் எண்ணற்ற பாடல்கள் தந்த முத்தமிழ் அறிஞர் கலைஞரும் பள்ளி படிப்பை முடிக்காமல் விட்டவர்தான்...

இருபதாம் நூற்றாண்டின் சக்கரவர்த்தி
முத்தையாவாக இருந்து கண்ணதாசன் ஆகி காலத்தை வென்று நிற்கும் இனிய பாடல்களைத் தந்த கவி மேதையும் பள்ளிப் படிப்பை முடிக்காமல் விட்டவர் தான்...

படிக்காதவர் மேதை ஆக முடியுமா? வரலாற்றை புரட்டிப் பார்...

இளைஞனே எழுந்து வா விடிகின்ற ஒவ்வொரு விடியலும் உனக்காகவே
விடிகின்றது...

துடிக்கின்ற ஒவ்வொரு நொடியும் உனக்காகவே
துடிக்கின்றது...

மேதையாக தேவையில்லை ஏடு... உறுதியுடனே விரைந்து ஓடு...

முடியும் என்றால் முடியாதது இல்லை முடியாது என்றால் முடியப்போவதில்லை...

முடியும் என்றே முடிவெடு !
முடித்துக் காட்ட புறப்படு

இமயமும் இடுப்பளவு தான் !

**-ஜெ.ஸ்ரீமதி**

## வெற்றி

புகழை குத்தகை எடுக்க பார்த்தே குறுகி விட்டோம்...

ஆனால் நம்பிக்கை மீது நம்பிக்கை வைத்திருந்தால் நிமிர்ந்து இருப்போம் வாழ்வில் நிமிர்த்தி இருப்போம் கேடுகளை...

என்செய்வது சுடராய் பார்க்க தவறி விட்டு சுட்டெரிக்கும் அனலாய் சூரியனைப் பார்த்ததால் தான் சூடு போட்டுக் கொண்டிருக்கிறோம்

எறும்பு நம்மை கடித்து விட்டதே என்று எண்ணாமல் அதன் வெற்றிப்பாதையில் இடையூறாய் நாம் நின்றதால் நம்மை கடிந்து கொண்டது என்று எண்ணுங்கள்...

நாமும் எறும்பாய் மாறுவோம் !

ஏற்றங்களின் ஏணிப்படிகளில் ஏறி நமக்கென ஒரு திசை செய்வோம்! மாற்றங்களால் ஒரு இசை சேர்ப்போம்!

**-ஜெ. ஸ்ரீமதி**

## புதுமைப்பெண்ணே

புதுமைப்பெண்ணே வெற்றிச் சிரிப்பலைகள் சிதற

சிறப்புடன் புறப்படு பெண்ணே சிகரத்தைநோக்கி!

அல்லல்கள் அகற்றி

இன்னல்கள் உடைத்து

அகிலத்தவர் நல் ஆட்சி காண

ஆண்டாண்டு அணி செய்யும்

ஆணுக்கும் நிகராகி,
அவனியில் அருஞ்செயல்கள்
ஆற்ற புறப்படு
புதுமைப்பெண்ணே, சிகரத்தைநோக்கி!

**-ஜெ. ஸ்ரீமதி**

## எதிர்பார்ப்பு

அணுக்கள் ஒன்று கூடி ஆன பூமியில்
அணுசோதனை அரங்கேறுது...

ஆன்மீகமும் அறிவியலும் ஒரே புள்ளியில் இணைகிறது...

இளைஞனே புதுமையும் பழைமையும் உண்மையென
உலகம் உணர போகிறது....

புதுமையின் புரட்சியில் இந்திய கிரீடம் மிளிரப்போகிறது !

**-ஜெ. ஸ்ரீமதி**

## மௌனம்

அழகின் உன்னதமான மொழி...

இறைவனின் மிகச்சிறந்த கற்பனை...

உணர்வுகளின் குவியல்...

மௌனம் !

மௌனத்தால் எதையும் சாதிக்கலாம் !

மௌனமும் புரட்சியாக மாற்றமாகும்...

**-ஜெ. ஸ்ரீமதி**

## மனிதம் காப்போமே

மதத்தில் மதமே
வேண்டாமே
மனதால் ஒன்றிச்
செல்வோமே
இதமாய் என்றும்
இருப்போமே
இதயம் ஒன்றி
இணைவோமே
அன்பே என்றும்
கொள்வோமே
அனைவரையும் அணைத்து
செல்வோமே
பண்பாய் இதனைப்
பதிப்போமே
பாங்காய்
மனிதம் காப்போமே!

**ஜெ. ஸ்ரீமதி**

## புரட்சியின் மறு உருவம்

விடா முயற்சிக்கு
என் அறிவு என்னும்
அகராதியில் பொருள் பார்த்தேன்...
பொருள் பெண் என்று உணர்ந்தேன்...

இயற்கை என்னும் கடலும் புயல் வீசும்
புரட்சி வடிவமெடுக்கும் பொழுது...
பெண்ணும் அப்படித்தான்
புதுமைப்பெண் !
புரட்சிப்பெண் !

**- ஜெ. ஸ்ரீமதி**

## வரம்

பெண் பிள்ளையே
பூமியின் வரம்...

அவளின்றி உண்டோ
இப்பூமியில் தரம்...

நாள் முழுவதும் ஓயாமல் சுழன்று வரும் பெண்
தேவதையே...

உன் தலையில் உள்ள பாரத்தை மறந்து...

சிரிப்பில் நடைபோடும் புரட்சி பெண் தேவதையே...

பெற்றோரின் கடைசி
காலத்தில்
துணையாக இருக்க இறைவன் அனுப்பி
வைத்த வரம்தான்
பெண்பிள்ளை🙏

புரட்சி செய்வோம்
பெண் பிள்ளையே
பூமியின் வரமென்று !
உரக்க முழங்குவோம் !

**-ஜெ. ஸ்ரீமதி**

## தேடல்

பூக்களை-
தேடும்-
தேனீ!

கிட்டத்தில்-
கிடைக்குமா!?-என
புறப்படுவதில்லை-
தேனீ!

ஆனாலும்-
தேடலில்-
சுகம்!

தேடல்-
மட்டுமே-
அதற்கு-
தவம்!

பாறைகளை-
கடக்கிறது!

வனாந்தரங்களை-
கடக்கிறது!

சலிப்படைந்தா-
நிற்கிறது!?

இல்லை-

தொய்வில்லாமல்-
பயணிக்கிறது!

தேனீகளுக்காக -
யாரும்-
பூந்தோட்டம்-
வைப்பதில்லை!

பூக்களிடையே-
தேனீயும்-
வித்தியாசம்-
பார்ப்பதில்லை!

அதன்போக்கு-
அடையவேண்டிய-
இலக்கு!

அதுவரை-
சுருங்குவதில்லை-
அதன் சிறகு!

எனக்கும்-
தேனீயை போல-
ஆசை-
தேடிட!

சிலவற்றையாவது-
அறிந்திட!

கடுமையில் தான் இனிமை....
முயற்சியில் தான் வெற்றி !

**-ஜெ. ஸ்ரீமதி**

## விவசாய புரட்சி

நாட்டின் முதுகெலும்பு
இன்று முதுகுடைந்துள்ளது;
விவசாயம் - நாட்டின்
அத்தியாவசியத் தேவை,
அதில்லையேல் - இந்த
உலகில் எதுவுமில்லை!!!

தானே உற்பத்திச்
செய்தாலும் - தனக்கென
எடுத்துக்கொள்ளாத ஒரு
ஜீவனே - விவசாயி!!!

அதிகாலை சூரியனே
இவர்களை கண்டு
அஞ்சும் - இவர்களுக்கு
முன்னால் எழுந்திருக்க
சூரியனால்கூட முடியாது!!!
இன்று அந்த சூரியனும் சுட்டெரிக்கிறது விவசாயத்தின்
நிலையை கண்டு !

நிலங்கள் வீடு ஆயின
களங்கள் காடு ஆயின

விவசாயி விண்ணோடு போறான்
விவசாயம் மண்ணோடு போகிறது.....

உரிமைக்காக பிச்சை எடுத்தோம்
இருநூறு ஆண்டு _ இனி
உணவுக்காக பிச்சை எடுப்போம்
எத்தனை ஆண்டோ ?.....

பல கிராமத்தில் பலரை காணோம்
பல இடத்தில் கிராமத்தை காணோம்_ பூமி
யாரையும் கைவிடாத தாயானவள்_ இன்று
யாராலாே கைவிடப்பட்ட சேயானாள்.....

சிற்பங்கள் அழிந்துவிட்டால்
கோயிலுக்கு சிறப்பில்லை...

சிற்பிகளே அழிந்துவிட்டால்
கோயிலுகே பிறப்பில்லை.....

விவசாயி அழிந்துவிட்டால்
உண்ணகூட வழியில்லை
விவசாயம் அழிந்துவிட்டால்
வருந்தி பின் பயனில்லை.....

விவசாயிகளை போற்றுவோம்;
விவசாயத்தை வளர்ப்போம்!!!
புரட்சி பச்சைப்பசேல் என இருக்கட்டும்
விவசாயம் செழிக்க !

**-ஜெ. ஸ்ரீமதி**

## கலப்புத்திருமணம்

ஜாதிகள் இல்லையடி பாப்பா என்றான் பாரதி அன்று...

ஜாதியினால்
அழிகின்ற கும்பல் இன்று...

மதநுண்ணுயிரியினால் அழிந்தே போன
மனித நேயம் எங்கே? என்று தேடி கொண்டிருக்கும்
பொழுது...

வேரறுந்த மனிதநேயத்தை
தலை நிமிர்த்தியது
கலப்பு திருமணம்

இந்த நிகழ்வு தருகிறது ஒரு சேதி...
நாம் பார்க்க வேண்டாம் ஜாதி...
மனிதனை புனிதனாக்கிய
இத்திருமணம்...
மத நல்லிணக்கத்திற்கு உதாரணம்...
மனிதரை மனிதராக்கும் மத நல்லிணக்கம்... சற்றும் மேலே
புனிதராக்கிவிட்டது இத்திருமணம் !

**-ஜெ. ஸ்ரீமதி**

# பெண் வாழ்க்கை போராட்டம்

வாழ்க்கை பேராட்டத்தில் மனதில் உறுதி கொண்டு,
இரு கரங்கள்,பத்து விரல்கள் மூலதனமாக கொண்டு,

நீ உடைக்கும் போது,
உன் துன்பம் தூள் தூளாக மாறும் ,
நீ உடைக்கும் இரும்பை போல
பெண்
அன்பையும் காட்டுவாள் இரும்பையும் உடைப்பாள்

உழைக்கவே பிறந்தாயோ
அரவணைக்கவும் தெரியும், ஆயுதம் செய்யவும் தெரியும் ---
உனக்கு,

தேவதையே உன் வாழ்வும் ஒரு நாள் விடியும் ----- விரைவில்!

**-ஜெ. ஸ்ரீமதி**

## சாதனைப்பெண்கள்

சாதிக்க பிறந்தவரே பெண்கள் தரணிக்கே
போதிக்க பிறந்தவரே பெண்கள்

நீதிக்கு தலைவணங்கும் பெண்கள் முறைக்கும்
அநீதியின் வாலைவெட்டும் பெண்கள்

சிகரம் தொட்டிடுவர் பெண்கள் சிரிப்பினை
லகரத்தில் கொட்டிடுவர் பெண்கள்

தகரத்தை தங்கமாக்கும் பெண்கள் வாழ்க்கையில்
அகரமாய் பலபேர்க்கு பெண்கள்..

பெண்கள் நம் நாட்டின் கண்கள்..
பெண்களை மதித்து – மனப்
புண்களை அழிப்போம்..

பட்டங்கள் ஆள்வதும் சட்டங்கள் செய்வதும்
பாரினில் பெண்கள்  நடத்த வந்தோம் என்ற
புரட்சிக்கவிஞனின் பொன்னான வரிகள்
பலித்தது இந்தப் பாரினில்..

அடுப்பூதும் பெண்களுக்கு
படிப்பெதற்கு என்ற காலம் போய்
உலகை ஆளப்பிறந்தவர்கள்
பெண்கள் என அவையம் அனைத்தும்
அறியச்செய்தவர்கள்..

இப்பூமியில் பிறக்கும் போதே
பெண்கள் புரட்சியாளராகவே பிறக்கிறார்கள்..

பெண்கள் பிறக்கும் போதே
சாதனை, சரித்திரம் படைக்கவும்
பூவும் புயல் வீசும் எனக்காட்டவும்
விதையிட்ட இடத்திலே விருட்சமாகவும்
விளக்கொளியில் மடியும்
விட்டில் பூச்சிகளாக இல்லாமல்
விடியலைத்தேடும்
விண்மீன்களாகவுமே பிறக்கிறார்கள்..

பெண்ணடிமை பேணிய விஷவித்தகர்கள்
வீழ்ந்தொழிந்தனர் என
பாருலகை ஆளவந்த பெண்களுக்கு
புத்துணர்ச்சி தருவோம்..

ஏழு பருவ மங்கையரான
பேதை, பெதும்பை, மங்கை,
மடந்தை, அரிவை, தெரிவை,
பேரிளம்பெண் என அனைவரையும்
ஏற்றம் பெறச்செய்வோம்..

ஆடவரின் ஊனக்கண்களில் உள்ள
துரும்பை அகற்றி
ஆணுக்கு நிகர் பெண்களே என்ற
மந்திரச்சொல் அறிவோம்!

**- ஜெ. ஸ்ரீமதி**

## கேள்விக்கு விடை என்ன?

எதுவும் நம் கையில்...
கேள்வி எழும் இடத்தில் தான் பதில் வேள்வியாய் எழும்பும் !

விண்ணைத்
தொடுவதும்?

மண்ணைத்
தொடுவதும்?

நம்மிடமே...

கேள்வி என்னும் பொக்கிஷத்தால்
பதில் என்னும் வெற்றி கிடைக்கிறது!

**- ஜெ. ஸ்ரீமதி**

## விடியும் ஒரு நாள் தோழா

அடுத்தவன் எச்சைத்தட்டில் மிச்சச்சோற்றை
பார்த்திருந்தவனுக்கு தெரியும்...
ஒரு நாள் முழுச்சோறு தனக்கு கிடைக்குமென...
பண்டிகைக்கு புதுத்துணி மணிகளை பார்ப்பவனுக்கு
தெரியும்...
ஒரு நாள் தானும் புத்தாடை உடுத்துவோமென...
தலை நிறைய மல்லிப்பூவை ஏக்கத்தோடு பார்த்த
பொண்ணுக்கு தெரியும்...
ஒரு நாள் தானும் தலைச்சீவி நிறைய பூவைப்போமென...
அழகான வீட்டை அண்ணார்ந்து பார்த்தவனுக்கு தெரியும்...
ஒரு நாள் தானும் அழகான வீடுக்கட்டுவோமென...
தலை நிமிர்ந்தவனை பார்க்கும் பொழுது
ஒடுக்கப்பட்டவனுக்கு தெரியும்...
ஒரு நாள் தானும் தன் சமுகமும் தலை நிமிர்ந்திடுமென...
தங்கநகைகள் பூட்டி ஜொலிக்கும் தேவதைகளை
பார்த்தவனுக்கு தெரியும்...
தான் உழைத்து உழைத்து அத்தேவதைகளாய்
ஆவோமென...
தோழா கலங்காதே !!
எல்லாம் எல்லோருக்கும்
எப்பவுமே கிடைத்தால் வாழ்க்கை வெறுமையாயிடும்....
வாழ்வான் நிறம் மாறிடும்
நடப்பது நடக்கட்டும் !!
போவது போகட்டும்!!
உனக்கென மனிதனை சேர்ந்திடு...
உனக்கென தோள்களைத்தேடிடு ...
பேசும் வார்த்தைகள் மனிதமாகட்டும் வீசும் தென்றலும்
புனிதமாகட்டும்...

உனக்கென இவ்வளவு பிரச்சனைகள் என்றால்!!
அடுத்தவனுக்கு எவ்வளவு பிரச்சினை இருக்கும்....
யோசித்திடு இரவு கண்மூடி மறுநாள் விழிப்பதே
இன்றிருக்கும் சோதனை...
ஒரு நாள் விடியும் தோழா...
அதுவரை பொறுத்திடு தோழா...
அதுவரை கவலை மறந்திடு தோழா...
உன்னோடு உடனிருப்பேன் தோழா..
புது உலகம் படைக்க புரட்சியாளனாய் உதித்திடு தோழா!

**-ஆ.சினேகா பி.லிட்**

## அறுத்த அரை

சின்னஞ்சிறுக் கிளியொன்று..
சிறகுவிரித்து வான்வீதியில் உலாவி...
உலகை ரசிக்கிறது.

பின்...
ஒற்றை நாவல்மரத்தின் கீழ் இழைந்தோடும்...
ஓடைநீரில் உடல்நனைத்ததில்...
பருவப்பெண்ணானது பச்சைக்கிளி..

பெரும்வயிறிருப்பதை பசியுணர்த்தவே...
மரக்கிளையிலுள்ள நாவல்பழத்தை ருசித்ததின்...
விளைவுகள்தான் அக்கிளியுணர்ந்தப் பகல்கள்...

நாசி துளைக்கும் நாற்றமுள்ளக் காற்றில்...
நல்லன்னம் புசிப்பதற்கு வீசியெறிந்த சில்லரை
கரங்களின்...
உடற்பசிக்கு தன்னுறுப்புகளை விருந்தாக்கி கிழிந்தது
அக்கிளி...

அக்கிளியோடு இணங்கி இருப்பது...
வானோங்கி நிற்கும் வாகைமரங்களே...
அங்கிருந்தப் பறவைகளெல்லாம் ஆங்காங்கே
விலகிப்பறந்தன..

எச்சமயத்த்தில் செய்த தீஞ்செயல்களின் தீர்ப்புகளோ...
இச்சமயத்தில் வீதியில் வீழ்ந்து கிடக்கும் சடலமாய்...
அக்கிளியின் நிலை...

நஞ்சுடைமை தானறிந்த எலிகள்
அஞ்சாமற் புறங்கிடக்கும் கிளியை
சித்திரவதைச் செய்தன...

ஆதரிக்கும் நெஞ்சமில்லாச் சமூகத்தில்...
அக்கிளியை ஈந்தது...
முன்செய்த வினையோ...?

கடுஞ்சினத்தக்காட்டில் கற்களுகிடையில்...
கற்பையிழந்தக் கண்ணில்லாக் கன்னிக்கிளியின்...
கணங்களை செவிகேட்கின்ற அதே கடவுள்தான்...
புறமுதுகுகாட்டியோடும் கிளியை செந்நீர்வழியச்செய்த
சினக்காக்கைக்கு உதவியதாம்...

வருந்தி அழைத்தாலும் வாராத உயிர்தான்...
பெருங்குஞ்சுகளின் கீச்சள்களிலேப் புதிதாகப்
பிறக்கின்றன...
பிஞ்சுக்கிளிகளாக...

இப்பிரபஞ்சத்தில் இன்பத்திற்கென சுகமேற்ற...
இன்னும் பலப்பிஞ்சுகள் வாழ்ப்போகின்றன...
மேற்குதொடர்ச்சி மலையில் கண்ணிற்காணும் ஆதரவற்றக்
கிளிகளாக...
(தேவ இடத்து தேவதைகளாக)

தவறில்லை...
காமம் தவறில்லை...
வன்கொடுமையே தீயது...
மாறினால் மட்டுமே...
மானிடர் ஆவார்!

**-நா.மு.அசித் குமார்**
**செங்கட்டாம்பட்டி**

## பச்சைநிறக்_கெழு

எவ்வித வளர்பிறை உயிர்களும் மண்ணிலிருந்து
தோன்றுபவை
பூமியின் பிள்ளைகளாம்
மண்ணுலகத்தில் விளைகிற விதைகளாம் ..
கரையானுக்கு உணவாக
உழவனுக்கு உயிராக
கை(கொடுக்கும்) விதைகளாம் ..
விழும் மழைதுளியில் விளைகின்ற விதை உருவமெடுக்கும்
குழந்தைகளாய் உலகத்தில் ...
பார்ப்பதற்கு அழகாக வருங்கால தலைமுறைக்கு மூச்சாக
உயிரினங்களுக்கு உணவாக
விதைகளாய் விதைந்தாய்
மரங்களாக வளர்ந்தாய் ...
காலங்கள் மாற்றத்தால் காலத்தில் தனக்கெனயிடம் பிடித்து
ஆலமரமென பட்டம் பெற்றெடுத்தாய்..
சூரியன் உனை சுட்டெறித்தாலும்
பாவபட்ட மனிதர்களுக்கு குடையாக நின்றாய் ..
மழைபொழியும் நேரத்தில் புயல் காற்று வந்தபோதிலும்
அசராத சிலைபோல்
நின்றாயே நம்பிக்கை வேர் கைகொடுத்தே...

மரம்தாண்டும் குரங்கிற்கும்
பகிர்ந்து உண்ணும் பறவைக்கும்
கோவிலாய் நின்றாய் ...
கிராமத்திற்குச் செல்லப் பிள்ளைகளாய்
பஞ்சாயத்திற்கு முதலிடமாய்

குழந்தைகளுக்கு தாயாய் நின்றாய் ....
சின்ன குருவி சத்தம் நித்தநித்தம் குயிலோட பாட்டு சத்தம்
அணிலாடும் ஆட்டசத்தம் கிளவாதில்
தாவிக்குதித்து ...
உழுதுகளைத்த உழவனுக்கு நிழல்கொடுத்து தாகம்
தணித்தாய்
தமிழ்ப் பாட்டுப் பாடி கொண்டுவந்த உணவுகளை பதுக்கிய
பெண்மணிகளும் உண்ணுவதற்கு உன்னிடத்திலே அமர்ந்து
அன்னம் உண்ணுகிறார்கள் ...
உண்ணுவதின்றி உன்னிடத்திலே உறங்குவார்கள் ...
சொர்க்கத்தை கண்டதில்லை உன்னிடத்தில் இருப்பதே
எங்களுக்கு சொர்க்கமாய் ..
காலம் சொன்னது நீவாழவேண்டும்
களிகாலம் சொன்னது நீஅழியவேண்டும் ..
இக்காலம் இழந்தது உனை..
தத்துவம் பேசியது நிகழ்காலம்
" விதை விளை
நம் உயிர் வாழ
தவமெடு மரத்திற்காக
இனியெம் உயிர் வாழ்வதற்காக !!
விதைநெடு உயிர்கொடுத்திடு!
( Nov 8 2018 )

**- நா.மு.அசித் குமார்**
**செங்கட்டாம்பட்டி**

## மாற்றம் காண்போம்!

சாதி மதம் என்ன சுவாசக்காற்றா?.
அனைவரும் அதை மூச்சாக்கியுள்ளீர்கள்!
நம் முன்னோடியான முண்டாசு கவிஞன் கூறியதை
மறந்தீரோ!.
மார்தட்டி இச்சாதி என மாந்த்ரீகம் பேசும் மக்கட்பண்பு
இல்லாதவரே!
தோள்தட்டி பேச வேண்டாமோ?
சமத்துவம் இது என்பதை!!..
காடுகரை எல்லாம் எமக்கு சொந்தமென கீதம் இசைக்கும்
கல் நெஞ்சர்களே!
இது இறைவன் உடையது என்பது நினைவில்லையோ!
ஆஸ்தி அந்தஸ்தைத் துறக்கச் சொன்னால் பகுத்தறிவைக்
துறந்த பட்டிrதொட்டி ஜனங்களே!
பாரில் எது நிரந்தரம் என சிந்திக்கவில்லையோ!!
விதைப்போம் மாற்றத்தை!!
விளைவிப்போம் ஏற்றத்தை!!

**-ஒரு புரட்சியாளன்!**
**-மீ.அனு.**

## சமமே அறம்

ஏற்றம் இறக்கம் மலைகளில் அழகு
மனிதனின் மனதில் பரிணாமத்தின் வழி பேராசை எனும் பேய் நுழைந்தது
மனதின் ஓர் மூலையில் மட்டும் மனிதநேயம் வாழும்
சாதி, மதம் எனும் மேடையில் போட்டிகள் ஆயிரம்
போட்டிகள் பிரிவினையை வளர்த்து, ஒற்றுமையை உருகுலைக்கும்
உதிரம் உறைந்தால் உயிர் உறங்கிவிடும்
பேதங்கள் மேலோங்கினால் பிரிவுகள் உண்டாகும்
பொருளாதார நிலை எட்டா, நிலைக்கு உயர்ந்துவிட்டது
ஒரு வேளை உணவிற்கே போராடும் மக்களின் எதிர்காலம் கேள்விகுறி ஆகிவிட்டது
பொருளாதாரம் பெருகினாலும் ஏழ்மை இன்னும் பலருக்கு இயலாமையாக இருக்கிறது
கண்ணுக்கே தெரியாத பசி என்ற கொடிய நோய் ஊரெங்கும் பரவி,
ஏழைகளையும் சிறு குழந்தைகளையும் தினம் தினம் வேட்டையாடுகிறது
வாழ்க்கை பயணம் ஒரே சீராக இருந்தால் சுவாரசியம் இல்லை
வாழ்வாதாரத்தில் சமத்துவம் இல்லையேல் வாழ்க்கையில் எழில் இல்லை
சமமே அறம், பொருளாதாரத்தில் பிழவு குறைந்தால் ஏழை என்ற சொல் இல்லாமல் போகும்!

**-தயாலினி குணசேகரன்**

## எண்ணத்தின் இயல்பு!

சமூகமே உன்னைச் சுற்றி என்றது
ஆசான் வாக்கு ,
சத்தியமே அதைச்சுற்றி வேண்டுமென்றது
அறிஞர் வாக்கு ,
அகிலமே நமைதாங்குது
என்பது
அன்னையின் வாக்கு ,
அண்டமே உன் கைக்குள் என்றது
தந்தையின் வாக்கு ,
எதிலுமே பற்றுதலில்லை என்பது
என் மனப்போக்கு ,
ஏனென ஐயம்வந்ததில் எதுவும்
இல்லை சாக்கு ,
பெண்ணென்பதாலேயே சிலரை
பேதையாக்கிய சமூகம் ,
பெருமையாய் பார்க்க ஏங்கும்
பேருவகை கொள்ளவரும் !
அதற்கான என் அடியில்
அச்சம் என்பதில்லை ,
அச்சாணியை மாற்றினால் தேரான
அழகு ச்சமூகம் அசைந்தோடும் ,
மதம் என்ற சிறைக்குள் சில
மனங்கள் புகுந்ததனால்
மனிதமென்ற ஒன்று இங்கே
மாண்பில்லாமல் தள்ளாடுது,
மாற்றத்தின் முதல் படியாய்
மௌன உரை வாசிக்கணும்,
மனத்தினை கூர்தீட்டி பல
மாயங்கள் உரைக்கணும் ,!
சாதி யென்ற சாத்தானொன்று

இங்கே
சங்கூதி அழைக்குது ,
சமமான நிறக்குருதி இதயத்தை
சல்லடையால் துளைக்குது,
சட்டங்கள் கையில் கொண்டு
சாத்தானை விரட்டணும்,
சமமான ஒரே
சாதி ஒவ்வொரு
சந்தினுள்ளும் நுழையனும் ,!
எல்லாவற்றையும் படைப்பவன்
இங்கே
ஏற்றமிகு தமிழனாவான் ,!
எண்ணிலடங்கா சக்திகளை
ஏற்றிவிட்டு அழகாக்கனும் ,!
கனவில்லை சற்று பொறுங்கள்,
காட்சியாய் கையில் தருவோம் ,!
காண்பவை யாவுமே இனி
களிப்புறுவதாகத் தான் அமையும்!

**-இரா.புனிதவதி**

## பாவையின் வாழ்வு

பெண்ணே உன் மார்புக்கு
திரையிட்டு
இந்த சமுதாயத்திற்கு பயந்து
சமையலறையிலே
உன் வாழ்வை கழித்து
ஒரு துளி குருதியில்
உன் கர்ப்பை நிருபித்து
வாழும் வாழ்க்கையை
வாழதே......
உன் கனவுகளை கையில்
எடுத்து
உனக்கான பாதையை நீயே
தேர்ந்தெடுத்து
நீயும் இந்த உலகில்
சக மனிதி என்று
சொல்லும் வாழ்வை வாழ்!

**-மு.காயத்ரி**

# மனிதனே விழித்திடு

சாதி என்னும் இரண்டு எழுத்து
சொல்லால்...
அறிவு என்னும் மூன்று எழுத்து
சொல்லை முடக்கி...
மனிதன் என்னும் நான்கு எழுத்து
சொல்லை அழித்து வாழ்கிறோம்...
மனிதனே சிறிது சிந்தித்து பார்.!
பிறப்பது ஒரு முறை இதில்
சாதி என்னும் வார்த்தைக்கு
உயிர் கொடுத்து உயிருள்ள
மனிதனை அழித்து விடாதே!

**-மு.காயத்ரி**

## பெண்மையை தீண்டாதே

ஆடவரே உன் மனம் என்ன
கல்லா?
உன் காம உணர்ச்சிக்கு
பெண்களை பலியாக்குகிறாய்
சிறு பிள்ளையிடம் நீ என்ன
காமம் கண்டாய்..??
உன் காமத்திற்கு பெண்கள்
உடையில் குறை கூறுகிறாய்..!
உன் பாலியல் இச்சைக்கு
பெண்களை பலியாக்காதே...
பெண்களை காமத்தோடு பார்ப்பதை
விட்டுவிட்டு..
உன் மனதால் பார்!!!
அவளிடம் காமம் தோன்றாது
அன்பு தான் தோன்றும்!!

**-மு.காயத்ரி**

## வைதவியம்

கைமை பெண்ணொருத்தி
கலர் சாயம் கலக்குகிறாள்
நெசவாளர் நிறுவனத்தில்...

அவள் கைகளில் ஒட்டிக்கொள்ளும்
சாயம் தவிர்த்து.....!!!...
சாயலில் கூட தெரியாத
அவள் வெள்ளை சேலையில்...!!.

வண்ண வண்ண நூலை பின்னுவாள்
ஆண்டவன் ஏனோ????....._எனக்கு மட்டும்
வெள்ளை நூலை பரிசளித்தான்
என்ற ஏக்கத்தோடு...

காஞ்சி ,ஆரணி என பெயர்போன
பட்டு புடவைகளை அடக்குகிறாள்
_இந்த நிறம்
எடுப்பாக இருக்கும் என எண்ணியபடி
தடுக்கி விழுகின்றது...
புடவையோடு அவள் எண்ணமும்._அவள்
பின்னால் இருக்கும் கைமை பட்டம்!!..

ஊருக்கே நெய்கிறாயே!!..
உனக்கொன்றும் இல்லையாம்மா???
என்று வினாத்தொடுக்கிறாள்_அந்த
விளரி பிஞ்சு..

அழுக்கு நிறைந்த கலியில்
ஆளுக்கொன்று பேசுவார்கள்...
அரசனே இல்லையே

ஆரணி பட்டு தேவையா?? என்பார்கள்...

வண்ணங்களில் ஒளிந்திருகின்றது
இவர்களது மடைமை...
வெள்ளை ஆடை தேவையென்பவர்கள்
வெள்ளை மனம் இல்லையே என்பது
இங்கு கொடுமை!!....

என்று அந்த பிஞ்சிற்க்கு உரைத்தபடியே
நெய்ந்து முடித்தால் அந்த காஞ்சி பட்டினை.!!

**-மன்பியா**

## படிக்காமல் செல்லட்டும்

வயிறொட்டிய கிழவனுக்கு
வாரிசுகள் பற்றாக்குறை
பட்டா நிலத்தை வளைத்து போட
வாரிசுகள் இடும் சுவாரஸ்ய நாடகங்கள்!!..

கிழவனுக்கு கின்னஸ்ஷே அளிக்கலாம்
அற்புதமாய் அவர்களுக்காக நடிக்கிறான்!!.
அவளுக்கு பாவம் தெரியாது
ஊரெல்லாம் பிள்ளை பெருமை பேசி அழைகிறாள்!!

ஆசிரமங்களுக்கு தாராள கொடை அளிக்கும்
அன்பு வள்ளல் பிள்ளைகள்
மாத கடைசி மருத்துவ செலவு நூறு ரூபாய்
இலவசம் ஏதும் இல்லையா ?? என
வீட்டுகாரியின் பலகை தேடல்!!!

பேரன் பேத்திக்கு ஆசை முத்தம் இட்டால்
தொற்றென துடைத்து விடும்
அவளுக்குள்ளே வெளிவரும் அரை நொடி டாக்டர்

வாரம் ஒரு முறை கறி குழம்பு வாசனை
நுகர்வதற்க்கு மட்டும்
ஜன்னல் கம்பியில் முதியோர் நடைபழகும் போராட்டம்
அதன் வழியாக ஒரு தேடல் என் பிள்ளை ஏதும் வருவான??
என்று

காத்திருக்கும் பட்டியலில் அவள் கண்ணீர் முதலிடம்
அவள் கதையாளினி அவர் அவர் கதைகளை

சொல்லும் போது கூட என் மகன் என விட்டு தராத
தாய்பாசம்!!!
பேர குழந்தை பிறந்தநாளில் அன்னதானங்கள்
அப்பொழுதும் அழுகுரலோடு அன்பு நெஞ்சங்களின்
வாழ்த்து மடல்கள்..
பட்டாவை எடுக்க பயணங்களை எல்லாம்
முடக்கி பட்டாம்பூச்சி நசுக்கி வர்ணம் இழக்க
செய்து நாடோடிகளய்..!!
இநங நகரத்து நரக வாசிகள்..!!.

எல்லாவற்றையும் சகித்து கொள்கிறோம்
என்பது அன்பிற்கே ஒழிய
உங்கள் சுயநலத்திற்கு
இல்லை!

**-மன்பியா**

## எது பெண்ணியம்?

எது பெண்ணியம்?
எவைதான் பெண்ணியம்.?!!!!.
பேசியும் ,எழுதியும் தீர்ந்துவிட்டது
காலமும் குரலும்!!..

" மானிடவர்க்கென்று பேச்சுப்படில் வாழகில்லேன்
கண்டாய்"

எது பெண்ணியம் சுதந்திரம்!!.
உடை உடுத்துவதா??..!!..
வெளியில் செல்வதா?இல்லை
ஆணிற்கு நிகராய் குடிப்பதா?
எது பெண்ணியம்..
இதுவா பெண்ணியம்??..
தனிப்பட்ட உரிமையை
பெண்ணியம் பேசி நுழைகிறார்கள்!!.
அணுவில் பாதி அந்துபோன
மூளை வஸ்துக்கள்..!!..

நமது அங்கீகாரம் அல்லவா நமது பெண்ணியம்!!
"நான்" என்று அழுத்தம் தானே பெண்ணியம்!!

கேட்பது உரிமையைத் தான்!!.
எல்லோருக்கும் வேலை தர முடியாது உண்மைதான்!!
எல்லோருக்கும் வாய்ப்புகள் தர முடியாது நிதர்சனமான
உண்மைதான்!!.
ஏற்றுக் கொள்கிறது இந்த கருத்தினை மாற்றாக எதுவும்
இல்லை!!

நாங்கள் கேட்பது என்னவோ சக மரியாதையும்
சுயமரியாதையும் தானே..!!..

ஏன் ? பேசக்கூடாது இதனை மட்டும்
முதிர்கன்னிகளுக்கும் குழந்தைத் திருமணமும்
இடையேயான கருத்து உங்களுக்கு பெரிதல்ல!!

வரதட்சனை கேட்கவும் சீர் குறைவு என திருமணம் நிறுத்தம்
வீடுகள் பெரிதல்ல!!..

தீட்டு என்று ஒதுக்கி வைக்கும் பட்டமும் பெரிதல்ல!!!
மலடி என பட்டம் சூட்டும் பெயர்கள் பெரிதல்ல!!

இன்னும் கொடியதாய் யோனி கிழித்து சடங்கு என
சம்பவிக்கும் அறிவுஜீவிகள் நடத்தும்
காட்டுமிராண்டித்தனம் பெரிதல்ல!!!.

கேவலமாக அவள் கன்னித்தன்மையை விட்டு மாறக்கூடாது
என்பதற்காக கிழித்து பின்பு தைக்கும் முறையை
சடங்காகக் கொள்வதில் உங்களுக்கு பெரிதல்ல!!!..

100 இல் 3% சதவீதம் மட்டுமே எங்கோ முளைக்கும் காளான்
போல எட்டிப்பார்க்கும் செய்திகள்!!
அதை சாதித்து விட்டாள் இதைச் சாதித்து விட்டாள்
!!_பெருமைதான் !!!

உச்சிக் கொட்டி அடடா!!! எவ்வளவு பெண்ணுக்கு சுதந்திரம்
என்று பல்லை காட்டுபவர்கள் மத்தியில்!!!

சற்றே திரும்பி ஒரு ஓரமாக பார்த்தால் என் அக்காவும் என் அம்மாவும் செவரொட்டியபடி அதை நின்று பார்த்துக் கொண்டிருப்பாள்!!

குறுக்கிடாதீர்கள் அவர்கள் இங்கே பெண்ணியம் பேசக்கூடாது செய்திகளை மட்டுமே பார்க்க வேண்டும்!!!

காரணம் வீட்டில் இருக்கிறாயே என்ற பட்டமும் தான்..!!.
உனக்காய் துணை வந்து
உனக்காய் சந்தோஷம் பகிர்ந்து.
வலி கொண்டாலும் !!!
கணவன் என்று கொள்கை பட்டமளிப்பு
விழா நடத்தி கூனிக்குறுகி பெற்றெடுத்த என் பிள்ளையை வளர்க்க!!!
நான் பெண்ணின் பேசக்கூடாது தவறு!!.

பிரபலமானதையே மீண்டும் மீண்டும் பிரபலப்படுத்தி
குறுகிய வட்டத்திற்குள் பெண்ணிய பேசுகின்றனர்!!.
விளையாட்டு ,அரசியல் சம உரிமை எல்லாம் வெளியில் கிடைக்கும் என்று !!
கோடு போட்டு வைத்துக் கொண்டிருக்கின்றனர் !!கிடையாது !!
!வீட்டில் இருக்கும் சக மனுஷி கிடைக்க வேண்டிய உரிமை கூட பெண்ணியம் தான் என்று புரிதல் இல்லை!!..
வீட்டில் கரித்து கொட்டிவிட்டு..!!

வீதியில் கருத்தை பேசி என்ன பயன்???
கிடைக்கும் கைதட்டலும் ,பாராட்டும், மாலைகளும், மாறா பயன் என்ன??
அவள் வீட்டில் எப்போதும் போல

உங்களது தேவைகளைப் பூர்த்தி செய்துகொண்டு
கனவுகளை இழந்து கொண்டு அற்பம் சின்ன சின்ன
ஆசைகளை கூட களைந்து கொண்டு அவள் இருப்பாள் !!
நீங்கள் வந்துவிட்டால் என்ன உணவு தரவேண்டும் என்று
நினைத்தபடி மட்டுமே!!!

பேசுங்கள் !!!பேசுவதற்காக கொஞ்சம் வீட்டில்
நடிக்கவாவது செய்யுங்கள்
அப்போதாவது சற்று ஆறுதல் அளிக்கும் பெண்மையின்
பெருந் தீ !

**-மன்பியா**

## இன்னொரு விதி செய்வோம்!

ஆக்ஸிஜன் கொண்டு,
தமிழன் நாட்டை காத்திடுவோம்!

இறுதியாய் விதி செய்வோம்,
மதி கொள்வோம்!

சாயம் விடுத்து,
வெண்மையை போற்றிடுவோம்!

கலப்படம் மறந்து,
தூய்மையுற்றவராய் புனிதம்பெற்றிடுவோம்!

கரை கொண்ட ஆடைகளை வைத்து,
இனி மானம் மட்டுமே மறைத்திடுவோம்!

நிறம் மாறிய பணம் கொண்டு,
எட்டா உயர கடனையும் அடைத்திடுவோம்!

பாரியாய் பாரினில் ,
இல்லாமை இல்லாமழும் ஆக்கிடுவோம்!

காந்தாரியாய் மாறிடுவோம்,
நற்சாபமாய் காரிருள் நீக்கிடுவோம்!

கண்ணனாய் அவதாரம் எடுப்போம்,
நம் பிரக்ருதியோடு உயிர்வாழிகளையும் பேணிக்காத்து
விதிசெய்வோம்!

யுதிஷ்டனாய் விரதம் கொண்டு,
புத்துயிர் கொடுத்திடுவோம்!

பாட்டனாராய் மாறி,
இளங்கன்றுகளை நெறிப்படுத்துவோம்!

பீமனாய் தேகம் கொண்டு,
எதிரிகளை துவம்சம் செய்திடுவோம்!

துரியனாய் அன்பு கொண்டு,
எழியவரையும் உயர்த்திடுவோம்!

விபீஷனனாய் பக்திகொண்டு,
நேர்மையை விதைப்போம்!

கர்ணனாய் கவசம் கொண்டு,
சுவாசமாய் தேசம் காப்போம்!

மீண்டும் செல்வோம்,
பின்னோக்கி!
முன்னோர்களை நோக்கி!

**-ம.கலையரசி**

## எம் சமூகமும் ! எனக்கான சமூகமும் !

கவிதையில் தொடங்குகிறது ஒரு ஜனநாயக நாட்டின் சாமானியனின் இன்றைய சமூகநிலை...

வெற்று வார்த்தைகளாலும், வேண்டாத கருத்துக்களாலும் தொடங்கியதல்ல என் சுதந்திரம்...!!!

பலரின் இறப்பாலும், பலரின் கண்ணீராலும், தோன்றிய சுதந்திரம்...,

ஜாதி, இனம், பணம்
இவற்றை வைத்து இவர்கள் செய்யும் அரசியலில் பல மக்கள்களும் முட்டாளாகின்றனர்.....

பலகோடி ரூபாய் கொள்ளையடித்த குற்றவாளியை தலைவன் என்று செல்லவும் கூட்டம் உண்டு......

ஊழல் வழக்கில் கைதாகி விடுதலையானவனை தலைவன் என்று சொல்லவும் கூட்டம் உண்டு...

அரசியலையும், அரசியல்வாதிகளையும் மட்டும் குறை கூறும் கூட்டம் உண்டு...

அப்பாவி மக்களை
குறை கூறவும் கூட்டம் உண்டு.......

இவையனைத்தும் எங்கள் சமூகத்தை சீரழித்து கொண்டிருக்கும் வேர்கள்.....

பைசா இல்லாமல் வந்தவன் பலகோடி ரூபாய்க்கு சொந்தகாரன்...//

அவனை தலைவனாக்கிய அடிமட்ட தொண்டன் இன்னும் கூலி....//

இதுதான் இன்றைய அரசியல்....//

அரசியல் சரியாக இருந்தால் இங்கு அனைத்தும் சரியாகும்...//

ஆனால் இன்றைய இளைஞர்களோ...!!!!

திரையின் நாயகனையும்,
திருட்டு நாய்களையும் தலைவன் என்று சொல்வதே வேடிக்கை...!!

ஒவ்வொரு ஊரிலும், சாக்கடை, கழிப்பறை, தெருவிளக்கு, சுகாதாரம், இப்படி அடிப்படை வசதியில்லாமல் இருந்துகொண்டுதான் இருக்கிறது...

இதற்கு தலைவன் மட்டும் பொறுப்பல்ல, நாட்டின் கடைகோடி மனிதனும் தான்......

கடவுளும், மொழியும் அடையாளத்திறக்காக தானே தவிர அரசியலுக்காக இல்லை...

கல்வி, மருத்துவம், விவசாயம், இவையனைத்தும் எல்லா மனிதனுக்கும் தேவை.....//

ஆனால் இங்கோ பணம் கொண்டவனுக்கு
இவையனைத்தும் சுலபமே...

ஆனால் ????
பணம் இல்லாத சாமானியனுக்கு ???????

தனியார் பள்ளிகளும், கல்லூரிகளும், மருத்துவமனைகளும்
பணம் பிடுங்கதானே தவிர...!!!

என் சமூகத்தில் மனிதனின் வாழ்க்கை தரத்திற்க்காக
அல்ல...

ஏர்பூட்டி நிலம் உழுத விவசாயிக்கு
இல்லாத சுதந்திரம்..,
கூறுப்போட்டு நாட்டை ஏலம்விடும் அரசியல்வாதிகளுக்கு
உண்டு...,

கல்லூரி பெண்களுக்கும்,
கடைக்குட்டி சிறுமியருக்கும் இல்லாத சுதந்திரம்..//

எம் சமூகத்தில்

காமபேய்களுக்கும்,
பல இளங் காளையோருக்கும் உண்டு...,

அப்பாவி மக்களுக்கும், அன்றாட கூலித்தொழிலாளிக்கும்
இல்லாத சுதந்திரம்..//

எம் சமூகத்தில்

அதிகாரங்களின் அரசியலிலும்,
அரசியலின் அதிகாரத்திலும் உண்டு..,

சமூகமும் , சட்டமும் இங்கு

பணம் கொண்ட முதலைகளிடமா..,
பதவி கொண்ட பல முட்டாள்களிடமா..,

பாரதியாரின் கோபங்களை
எழுத்துக்களாலும்
நேதாஜியின் கோபங்களை வார்த்தைகளாலும் பார்த்தோம்
– ஆனால்

இன்று நம்முடைய கோபங்களை புலனத்திலும்,
முகநூலிலும் பார்க்கிறோம்...

ஆணவக்கொலைகளும், அத்துமீறும் ஜாதி வெறிகளும்
ஆட்டம்போடும் என் திருநாட்டில் என் சமூகம் என்ன
கற்றுக்கொடுக்கிறது.....

ஜாதிக்காகவும், சட்டத்திற்க்காகவும் போராடிய
தலைவரையே ஜாதியால் பிரிக்கவே
கற்றுக்கொடுக்கிறது....//

சாட்டை எடுத்து
நாட்டை திருத்த வேண்டாம்....
சமஉரிமையும் சாமானியனுக்கு வேண்டும்...

எம் சகோதரிகள் நள்ளிரவில் நடைபோட
வேண்டாம்..!!
நம்பிக்கையோடு நடைபோட வேண்டும்..!!

ஊமையாகவே அடிமையாக
இருக்க வேண்டாம்
உரிமையை ஆளும்
உணர்வுகளோடு வேண்டும்.....

பாலியலுக்கும் பாவமே வேண்டாம்...!
உடனே தூக்கிலிடும் சட்டம் வேண்டும்...//

ஊழலுக்கும் உணர்வே வேண்டாம் உடனே பதிவிகள் பறிக்கப்பட வேண்டும்..//

அதிகார திமிருக்கு அனுமதியே வேண்டாம் அவசர சட்டம் வேண்டும்...//

காந்திஜியாக வாழ யாரும் வேண்டாம்..//
நேதாஜியாக வாழ வேண்டும்...//

அப்படியான வாழ்க்கையை தேடிக் கொண்டிருக்கும் உங்கள் நான்!

**- தேடல் மணி**

## இச்சமூகத்தில் பெண்

இன்றைய சமூகம்
எங்கு செல்கிறது...?

யாருக்காக பயணிக்கிறது...?

பலரின் அரசியலுக்காகவும், சிலரின் ஆட்சிக்காகவும் மட்டுமே...

ஓர் சாமானிய மனிதன் குரலில் சத்தங்கள் இல்லை, கண்ணீர் மட்டுமே உண்டு....

ஆம்,

இந் நாட்டில் நாம் மாற்ற வேண்டிய விஷயங்களில் முதன்மையானதும், முதலாவதும்,

பாலியலே !!!!!

பீகாரில் கொரோனா வார்டில் அனுமதிக்கப்பட்ட சிறுமி 40வயது நபரால் பாலியல் பலாத்காரம் என்பது செய்தி அல்ல

தூத்துக்குடி, சாத்தான்குளம் 7வயது சிறுமி கொடூரமான முறையில் கொலை

புதுக்கோட்டை, 9வயது சிறுமி எரித்துக் கொலை

திருவாரூர், நன்னிலத்தில் 7வயது சிறுமி பாலியல் வன்கொடுமை

தூத்துக்குடி,
14வயது சிறுமி தந்தையாலே பாலியல் கொடுமை...

தூத்துக்குடி சிறுமி வழக்கில் குற்றவாளிக்கு தண்டனையை விட குடும்பத்திற்க்கு நிவாரணம் கேட்டது எப்படியான செயல் ?????

இதில் இன்று கதறிய ஆட்சிகளும், அரசியலும் இந்த மாதிரி விஷயங்களுக்கு என்ன செய்கிறது....

இங்கு வேண்டாத பலவற்றிற்க்கு குரல்கொடுக்கும் அரசியல் புலிகளும், சிங்கங்களும் இப்படிபட்ட விஷயங்களுக்கு அமைதி காப்பது ஏனோ ?????....

பொள்ளாச்சி – தெரியாது
ஜெயஸ்ரீ – தெரியாது
ஜெயப்பிரியா – தெரியாது

தெரிந்து கொள்ள விஷயங்கள் ஆயிரம் இருந்தாலும், எல்லோரும் சொல்வதையே இங்கு நாமலும் சொல்ல பழகிவிட்டோம்...

இல்லாத தலைவர்களுக்காகவும், தேவையில்லா பிரச்சனைக்காகவும், குரல்கொடுக்க தெரிந்த நமக்கு....,

இந்த ஜனநாயக நாட்டில் தினம் ஓர் குழந்தை 10விரல்களால் சிதைக்கப்படுவதை பற்றி ஆழமாக
சிந்திக்கவும் இல்லை...,
பேசவும் இல்லை...,

நமது மண்ணின் உரிமைக்காகவும்,

நம் மண்ணின் கடவுளுக்காகவும் குரல் கொடுக்கும் நாம் ஏன்
நம் அடுத்த தலைமுறைக்காக குரல் கொடுக்கவில்லை....

இந்த சட்டத்தை எதிர்த்து ஏன் நம் குரல்கள் இல்லை....

இங்கு நாம் மட்டும் தனியாக சொன்னால் யார் கேட்பார்கள்..,
கூட்டத்தோடு கத்துவோம் என்பதே இங்கு நம்மில் அனைவரின் எண்ணமே....

தூக்குதண்டனை, மரணதண்டனை எல்லாம் சினிமாவில் பார்த்ததோடு மறந்துவிட்ட பலருக்கு சட்டம் இருக்கிறது என்பதை நினைவூட்டுவோம்.......

ஜல்லிக்கட்டுக்கு போராடிய கைகளும், உணர்வுகளும்...,
இந்திய சட்டத்தில் பாலியல் குற்றத்தில் புதிய சட்டத்திற்க்காக ஏன் போராட கூடாது......

அன்று அம்பேத்கர் எழுதிய சட்டத்தில்,
இத்தனை நாட்களில் எத்தனையோ ஓட்டைகளில் எல்லாமே தப்பித்தனர்....

அத்தனையும் நாம் மாற்றுவோமே...
நம் அடுத்த தலைமுறைக்காக.....

இங்கு சட்டங்களும், தண்டனைகளும், தவறுக்கு மட்டும் இருக்க கூடாது...

இனி அதுபோன்ற தவறே இல்லாத அளவிற்க்கு வேண்டும்.......

ஆனால் பிஞ்சு குழந்தைகளின் நஞ்சாய் விளங்கும் எத்தனையோ கருப்பர்களுக்கு எந்த சாமியும் தண்டனை கொடுக்க போவதில்லை என்பதே உண்மை......

உன் சத்தங்களும்,
உன் வார்த்தைகளும்,
இந்த சட்டத்தை மாற்றி சாமானிய மனிதனுக்காக
இருக்கட்டும்!

ஜெய்ஹிந்த்!

**-தேடல்மணி**

## ஜாதி என்னும் பெருந்தொற்று

ஜாதி...

நாம் மறக்க வேண்டியதும்,
மறுக்க வேண்டியதும்...

எங்கோ ஓர் கிராமத்தில் நேருக்கு நேர் நடப்பதற்க்கு
தண்டனைகள்...

கடவுளை கையெடுத்து
கும்பிடுவதற்க்கு தண்டனைகள்...//

ஒரே அறையில் மேஜையின் மீது ஒருவர் மேஜையின்
காலடியில் ஒருவர்...//

என மறுக்கவேண்டியதும்.., மாற வேண்டியதுமே.., இங்கே
நம்மை ஆள்கிறது....//

அரசியலின் ஆசைக்காகவும்...,
கட்சிகளின் காரியத்துக்காவும்..,

இல்லாத ஒன்றை இன்றளவும் கட்டிக்கொள்ளும் காலத்தில்
வாழ்கிறோம்....//

இல்லையென்று சொன்ன தலைவனையும் தன் இனம் என
பிரித்த இச்சமூகத்தில் வாழ்ந்து கொண்டிருக்கிறோம்...//

தேவையில்லாத ஒற்றை வார்த்தைக்கு
இன்றுவரை ஓராயிரம் உயிர்கள் பறிக்கப்பட்டுள்ளது....

மேடைக் கூட்டங்களில் பேசும் பல ஜாதி தலைவர்கள்
தனக்கான தேவைக்கு மட்டும் ஜாதிகளை பார்ப்பதில்லை...//

வேற்றுமையில் ஒற்றுமை கொண்ட
என் திருநாட்டில்...,

ஜாதியை வெறியாக கொண்டு வாழந்து
கொண்டிருக்கிறோமே..//

தர்மபுரி முதல் உடுமலைப்பேட்டை வரை எத்தனையோ
ஜாதி கலவரங்கள்....,

இளவரசன் முதல் இன்றைய தலைமுறையினர் வரை
ஜாதியால் பலியாக்கப் படுகிறார்கள்...,

இப்படியான ஜாதிகளில்

நாம் படிக்கிறோம்...

ஜாதிகள் இல்லையடி பாப்பா என்று.....

தீண்டாமையை பற்றிய புரிதலை கொடுத்த கல்விதான்...

ஜாதிச் சான்றிதழ் கேட்டு
வீட்டிற்க்கு அனுப்புகிறது....

நட்புக்குள் ஜாதியில்லை..
காதலுக்குள் ஜாதியில்லை..

என்பதை விட
சான்றிதழில் ஜாதியில்லை...
வேலை வாய்ப்பில்
ஜாதியில்லை....

என்ற காலம் வேண்டும்....

ஜாதிகளால் இங்கு எதுவும் மாறாது...

பல வெறிகொண்ட மிருகங்களும்,
பதிவிக்காக திறியும் பன்றிகளுமே..,

இந்த ஜாதியெனும் சட்டையை மாட்டிக்கொண்டு
வாழ்கின்றனர்....

நீங்கள் உடுத்திய சட்டைகள் அழுக்காகிவிட்டது.

அடுத்த தலைமுறையினர் கழட்ட ஆரம்பித்துவிட்டார்கள்

விரைவில் கழட்டப்படும்...

ஜாதி எனும் !

நன்றி !

**-தேடல் மணி**

## சட்டத்தைக் காப்போம்...

இந்த தலைப்பில் நான் வெறும் வார்த்தைகளால் என் உணர்வுகளை உருவாக்குகிறேன்....//

நிஜமாகி போனால்
நிச்சயம் மகிழ்வே...//

சட்டங்கள் இன்றுவரை சாமானிய மக்களுக்காக என்றால்
அப்படியான சட்டங்களை காப்போம்//

பாலியலுக்கு தண்டனை
அடுத்த நாளே என்றால் அப்படியான
சட்டங்களை காப்போம்//

அதிகார திமிருக்கு அடக்குமுறை இருக்குமென்றால்
அப்படியான
சட்டங்களை காப்போம்//

ஊழலான ஆட்சிக்கு உடனடி தீர்வு என்றால் அப்படியான
சட்டங்களை காப்போம்//

அறுபது வருடங்களுக்கு முன் எழுதிய சட்டங்கள் இன்றும்
அனைவருக்கும் சமமென்றால் அப்படியான
சட்டங்களை காப்போம்//

இப்படியான சட்டங்கள்
இங்கு எதுவுமே இல்லை.....!!!

இன்றுவரை பாலியல் முதல் பணத்திருட்டு வரை
லட்சக்கணக்கான குற்றங்களில்....,,

பல லட்சக்கணக்கான குற்றவாளிகள் தப்பித்தே சென்றுள்ளனர் !!!!!

அப்படியிருக்கையில் !!!
எப்படி ????
இப்படியான
சட்டங்களை காப்போம் ?
மீண்டும் ஒருமுறை !!!!!
ஒருநாள் என் வார்த்தைகள் நிஜமானால்
மகிழ்வது நாமாக இருப்போம்!

நன்றி!

**-தேடல் மணி**

## மாற்றத்தில் ஒரு நாள்!

எத்தனையோ முகங்கள்
அத்தனைக்கும் ஒரு பார்வை
எனது விழியில் சமூகம் ......
குடும்பம் சுருங்கி சமூகம் சுயநலமானது
தங்கப்பதக்கம் போல் வல்லரசும் எட்டாகனியாகுது...
நலத்திட்டம் எல்லாம் வாக்குறுதியில் மட்டும்...
வாக்குகள் எல்லாம் நோட்டில் முட்டும்!
சாதியும் மதமும் வழியில் சதியாய் பெண்ணின் சுதந்திரம்
கேள்விக்குறியாய்?
கல்லீரல் மருத்துவம் வளர்வது இங்கு கருவிலும் கலப்படம்
நடக்குது இன்று
வைத்த பயிர் வாழவில்லை...
நட்ட விதை முட்டவில்லை...
விழுந்த நீர் வரவில்லை
விலைந்தவைக்கு விலையில்லை
குளத்திலே மண் திருட்டு ...
மலட்டு விதைகூட முளைக்குது
கொள்முதல் நிலையத்தில்!
நினைத்ததோ சமூக பசிக்கு மாத்திரை வருமென்று????...
பணம் தான் பெரிதென்றால் அதையும் விதைத்திடு
விளைநிலத்தில்...
உண்மை ஊழல் கோபம் வஞ்சம் பொறாமை போட்டி
நிறைந்திருக்கும் சமூகத்தில்.....
மாற்றம் மறைந்திருக்கும் மனிதத்தில்...!
குறைகளை சரிசெய்
கொள்கையில் பிடிகொள்...
விண்வெளியில் விளக்கேற்று
கிரகங்கள் ஒளி கொள்ளட்டும்!

**-மு.நெல்லையப்பராஜா**

## சமூகமே! நீ மாறிவிடு

வலியும், வறுமையும் வரமாய் பெற்று,
இன்னல் என்னும் இன்பம் சுமந்து,
ஓயாது உழைக்கும் எங்கள் கரங்கள்,
ஓய்வெடுக்க இங்கு மாற்றம் வேண்டும்.

ஏழை என்று காரணம் சொல்லி,
வாழ கற்பவனின் வாலிபம் தொலைத்து,
ஓங்கும் கரங்கள் ஒடியாதிருக்க - எம்மண்ணில்
இங்கு மாற்றம் வேண்டும்.

சாதி மத பேதமில்லா - நாடு
எந்தன் நாடு என்ற, எண்ணம்
என்னுள் தொலையாதிருக்க - எம்மண்ணில்
இங்கு மாற்றம் வேண்டும்.

சாதனை என்பது ஆண்களுக்கு மட்டும்,
சமையலறை என்பது பெண்களுக்கு மட்டும்,
என்ற ஏற்றத்தாழ்வு கொண்ட எண்ணம்
இச்சமூகத்தில் என்றென்றும் மாறவேண்டும்.

மாறாத இச்சமூகத்தை,
மாற்றத் துடிக்கும் நாம்,
மாற்றம் ஒன்றே மாறாதது - என்பதை
மறந்து போகிறோம்!

**-அ.அஸ்ரப் ஜுனைத்**

## பொய் முக மனிதர்கள்

முகத்தினுள் முகம் தைத்து,
அகத்தினுள் பொய்யாய்,
வாழும் காலம் எவ்வளவு,
பொய் முகங்கள் உன்னுள் எவ்வளவு.

முகம் காட்டா மூடர்கள்,
எம் முகம் அணிந்திருப்பர்,
சிந்தனையிலே சில காலம்
எதுவும் இங்கு சில காலம்.

பாசம் அணியும் முன்பே
மனிதர்கள் வேஷம் அணிந்து செல்கின்றனர்,
வேஷம் இல்லா பாசம்
வேண்டும் பொய் முகமில்லாமல்.

முகத்தின் முன்னே பாசம்,
புறத்தின் பின்னே வேஷம்,
உள்ளதை இங்கே உரைக்க
உள்ளமும் இங்கு உறுத்துதோ.

பொய்முகம் வருடிய வரிகளில்,
அழகிய பொய்களும் கவிதைகள் ஆனது,
கவிதைக்கும் பொய் முகம் உண்டு,
பின்னர், யார் அழைப்பார் அதை கவிதை என்று!

**-அ.அஸ்ரப் ஜுனைத்**

## மனிதம்

வறுமை என்னும் முள்ளில் சிக்கிக்கொண்டு,
கிழிந்த ஆடைகள் புத்தடைகளாய்,
வாழும் காலங்கள் அவர்கள் வாழ்வை,
சமூகம், ஒதுக்கி வைக்கும் அவளம் ஏனோ.

நரையும், முதுமையும் முத்தமிடும் தருணம்,
உழைக்கும் கரங்கள் ஓய்வெடுக்கும் வேளையில்,
வேலையே உந்தன் ஓய்வு என்று சொல்ல,
மனிதம் என்னும் பண்பு மறைந்துபோகும் அவ்வேளையில்.

பெண்ணடிமை அழிந்து பெருமை கொள்ளும் நேரம்,
பல கிராமங்களிலும் என்றும் அது அழியாது இருக்கும் -
ஏனென்றால்
ஏழைப் பெண்கள் அங்கு எதுவும் சொல்ல முடியாது,
ரப்பர் வளையலுக்கு சத்தமிட வாயோது.

மற்றவரின் காயத்திற்கு மருந்தாகும் வேலளயிலும்,
மற்றவரின் வேர்களுக்கு மழையாகும் வேளையிலும்,
இதுதான் மனிதம் என்று கொள்வேன்,
மனிதமே என்றும், என்று மார்பு தட்டி சொல்வேன்!

**- அ. அஸ்ரப் ஜுனைத்**

## வேண்டும்

தேவைகள் இல்லா உலகம் வேண்டும்,
கோபம் மறுக்கும் ஞானம் வேண்டும்,
தன்னலம் இல்லா மனிதர்கள் வேண்டும்,
அன்பில் திளைத்த உள்ளம் வேண்டும்,
தூக்கம் இனிக்கும் கனவுகள் வேண்டும்,
துன்பம் தாங்கும் இதயம் வேண்டும்,
கஷ்டத்தில் சிரிக்கும் உதடுகள் வேண்டும்,
நோய்கள் பரவா காற்று வேண்டும்,
காற்றைத் தூய்மையாக்கும் மரங்கள் வேண்டும்,
திரும்பும் திசையில் பசுமை வேண்டும்,
வாழ்க்கை மகிழும் நினைவுகள் வேண்டும்,
நினைவில் திளைக்கும் உள்ளம் வேண்டும்,
மழைகள் வெறுக்கா மேகங்கள் வேண்டும்,
இரவில் தூங்கா விழிகள் வேண்டும்,
மேகம் பரந்த வானம் வேண்டும்,
வானில் மின்னும் பறவைகள் வேண்டும்,
தாகம் தீர்க்கும் ஓடைகள் வேண்டும்,
கடவுளை மறவா எண்ணம் வேண்டும்,
பிரிவை வெறுக்கும் உள்ளம் வேண்டும்,
பிரிவில் அழியா நட்புகள் வேண்டும்,
கடந்த கால நினைவுகள் வேண்டும்,
பிறர் மகிழ்ச்சியில் என் தோல்வி வேண்டும்
எல்லாம், யாவர்க்கும் ஏன் வேண்டும் தெரியாது,
இருந்தாலும் வாழ்கின்றோம் ஏன் என்று தெரியாது!

**-அ. அஸ்ரப் ஜுனைத்**

## மக்கள் பண்பு

விலையில்லா அன்பு விருட்சமாய் பரந்திருக்க
அழியாத அந்தன்பு ஆன்மாவை துளைக்க
கரையாத கல் நெஞ்சையும் கறைக்கும்
இந்தன்பும் நற்பண்புகளில் ஒன்றே.

வலிகளின் எல்லை கோபங்களாய்
அதன் விளைவுகள் என்றும் சோகங்களாய்
கோபம் என்னும் கொடிய நோய்
தீராது என்றேன்றும் மனித பண்பில்.

பகை என்ற பண்பு நம்
மனித இனத்தின் சாபமாய்
என்றும் அழியாத வடுவாக
நம் பண்பில் புதைந்தது நிரந்தரமாக.

பிறர் கஷ்டம் தம் கஷ்டமாய் எண்ணி
உதவும் பண்பு நம்மிடம் உதறிவிடாமல்
உதவும் கரங்களாய் என்றும் நம்மை
கடவுள் உயர்த்தி வைத்தல் வேண்டும்

சிதறும் மனங்கள் சினம் கொள்ள
சிதறிய மனங்கள் சீராக வேண்டி
மனங்கள் நம்முள் மன்றாட
பொறுமை எனும் பண்பு பொக்கிஷமே!

**-அ.அஸ்ரப் ஜுனைத்**

# அவலம்

உழைக்கும் கரங்கள் உழைத்தபடி
வளைந்த கரங்கள் ஊழல் படி
ஊழல் இல்லாத உலகம்
உதயமாவது எப்போது...

ஊழல் மிகுந்த அரசு
நம்மிடம் ஊடுருவியது எப்போது
மாறவேண்டும் இந்நிலை, ஆனால்
ஊழல் ஒன்றே அதன் விலை

வறுமை என்னும் பிணி
வற்றாது பரந்து இருக்க
மாறுமோ இந்த அவலம்
இன்று நாங்கள் காத்திருக்க

ஆங்கிலேயர் ஆட்சியில் அடிமைத்தனம் அவலம்!
அடுத்து வந்த சுய ஆட்சியில் அனைத்தும் அவலம்!
அவாளுக்கே நாடு என அறைகூவல் விடுவது அவலம்!
ஆண்ட பரம்பரை என்று சொல்லி அடிதடியில் ஈடுபடுவது அவலம்!

**- அ. அஸ்ரப் ஜுனைத்**

## பிறப்பின் கொடுமை

எண்ணங்கள் அலைகளாக,
ஏக்கங்கள் தவிடுபொடியாக,
இலட்சியம் அடைவதற்காக,
வீட்டைவிட்டு வெளியேறுகிறாள்!!!
தெரியா முகம்; அறியாப் பேச்சு; குளம்பிய செறிவு; ஆசை
வார்த்தைகளால்... தட்டுத் தடுமாறிய மனம்!!!
ஊரையே புரட்டிப் போட்டது ஒரு புயல்...
இங்கு இவளைப் புரட்டிப் போட்டவர்கள் எத்துனையோ??
எண்ணமுடியா கீறல்கள்...
காயங்களோடு... நடைபிணமாய், கிழிந்த ஆடையாய்க்
கிடக்கிறாள்...
மருத்துவக் கூடாரத்தில்!!!
காலத்தைப் பற்றிய அறியாமையினாலே...
சின்னாப்பின்னமாய்ப் போனாள்!!!
இப்பூமியிலே...
பெண்மை அரிய பொக்கிஷம்!!
பொருளைத் தூக்கி எறிவது போல் "சீ" என்று தூக்கி
எறிகின்றனர்...
எல்லாம் முடிந்தப் பின் சில முட்டாள்கள்!!!
பிறப்பின் கொடுமையை உணர்த்திய அறிவிலிகளுக்கு
உயிர் அவசியமோ??
சாதிக்க துடித்த இதயம்...
இன்று, இக்கொடுமையை காரணமறியாமல்
அனுபவிக்கிறது!!!
அரக்கனே நினைவுகொள்!!!மிருகமல்ல...
கையோங்கினால்...
கசக்கப்பட்டப் பூக்கள் துணிந்து மலர்ந்தால்...
உதிரம் சொட்டச் சொட்ட உயிரோடு மண்ணுள் புதைவாய்!

**- கிருத்திகா முத்துசாமி**

## அரிவையின் அழுகுரல்

பிறப்பில் இருந்து இறப்பு வரை வலியே வலியே!
கைம்பெண்ணாய் வாழ்வதும் வலியே,
மாதாந்திர மாதவிடாயும் வலியே!
அடுப்படி சுதந்திரம் இன்றி வாழ்வதும் வலியே,
குடும்ப சுமையால் இலக்கை இழப்பதும் வலியே!

காம கொடூரன் காகித மேனியை கசக்குவதும் வலியே,
ஆணவக்கொலையால் மாய்வதும் வலியே!
கையாலாகாத பெண் என்று கூறுகெட்டவன் கூறுவதும் வலியே,
புகுந்த வீடு போக படிப்பெதற்கு என்று சொல்வதும் வலியே!

யாருக்கு தெரியும் அக்கால ஐவகை ஔவையார் பற்றி,
பெண்ணின் பெருமை பேசும் பெண்மதி பற்றி!
துணிந்தால் தும்சம் ஆக்கலாம்!

- **மு.முத்தமிழ் சூர்ய பிரதிப்**

## மாதத்தின் மூன்று நாள்

என்ன அந்த மூன்று நாள்?
முச்சந்தியில் வைத்த மூன்று நாள்,
முகம் மறைத்த மூன்று நாள்,
முன்னேறும் நாட்களை முடக்கும் மூன்று நாள்,
மூவேளை உணவும் உள்ளே உண்ணும் மூன்று நாள்,
ஆணுக்கில்லா தீட்டு பெண்ணுக்கேனடா,
அறிவியலால் அறிவை தீட்டு
எதற்கு வர போகுது பாகுபாடு தீட்டு!

**-மு.முத்தமிழ் சூர்ய பிரதிப்**

## நான் மாற வேண்டும்

சமூகத்தில் நான் விரும்பும்
மாற்றம் எண்ணற்றவை.
ஏற்படுத்த நினைக்கும்
மாற்றம் எல்லையில்லாதவை.

கல்லிப்பாலில் தப்பி கல்வி கற்கின்ற
குழந்தை கடந்திட வேண்டும் - அதன்
குழந்தை பருவத்தை காமக்கண்களின்
கழுகுப்பார்வைக்கு இரையாகாமல்.

எதை இழந்தாலும் இலக்கை
அடைய துடிக்கும் பீனிக்ஸ்
பறவையை போல் இறுமாப்பு
வேண்டும் இளைஞர்களிடத்தில்.

அவலங்களுக்கு உச்சுகொட்டி யார்
தீர்ப்பார் என்ற கேள்வியிலிருந்து
நான் தீர்வு காண்பேன் என்ற
பதிலாக வேண்டும்!

அத்தனை அநீதிகளுக்கும்
காரணங்களை அடுக்காமல்
காரணங்களை களையெடுத்து
அநீதியை அறுவடை
செய்ய வேண்டும்!

திரையில் தலைவர்களை தேடும்
நாம் தரையில் தவிக்கும்
மனிதர்களை மதிக்க வேண்டும்!

அவர்கள் வாழ்க்கையை
மாற்ற வேண்டும்!
நாம் மாற வேண்டும்!
நாம் என்ற வார்த்தையில் அடங்கியுள்ள
ஒவ்வொரு நான் மாற வேண்டும்!
ஆம், நான் மாற வேண்டும்!
தனிமனித மாற்றமே....
சமுதாய மாற்றம்!

**-சி.ஷர்மிளா**

## விழித்துக்கொள் பெண்ணே

அதியமானிடம் நெல்லிக்கனி பெற்று- அன்றே
ஆண் பெண் நட்பிற்கு வித்திட்டார்
எங்கள் ஔவை மூதாட்டி!
ஆழ்வார்கள் பன் இருவருள் - சூடி
தந்த சுடர்க்கொடி
ஆண்டாளும் இடம் பிடித்தாள்!
வீரவாள் ஏந்தி வெற்றி முரசு
கொட்டியவள் எங்கள் ஜான்சிராணி!
வெள்ளையனை வெளியேற்றி
வீர முழக்கம் இட்டவள் எங்கள் வேலுனாட்சி
பரந்தாமனை தன் பஜனை பாடல்களால்
பரவசபடுதியவள் எங்கள் பக்தை- மீரா
பரமசிவனின் கைலாயத்தை தன் கைகளால்
கடந்து பக்தியில் சிகரம் தொட்டார்
எங்கள் - காரைக்கால் அம்மையார்
பெண்ணை நிலவென்பர் அன் நிலவை - சுற்றிவந்த
பெண் எங்கள்- கல்பனா சாவ்லா
பளு தூக்கி ஒலிம்பிக்கில் நம்
பாரத பெருமை மீட்டாள் எங்கள் அஞ்சனா ஜார்ஜ்
நட்பாய்,காதலாய்,வீரமாய்,
பக்தியாய், சாதனையாய்,சரித்திரமாய்
ஆண்டாண்டு காலமாய் வீற்றிருப்பது பெண்மை
அண்மையில் ஒரு சேதி கேட்டேன்
கல்லூரி பெண்கள் கருமுட்டை - விற்கின்றனராம்
காது கூட கூசுகிறது
காலி மது பாட்டில்கள் பெண்கள் விடுதியில்
உருள்கின்றதாம்
கன்னி பெண்ணின் கற்பு - இன்று
கைபேசியில் விற்கப்படுகிறதாம்

ஆண் முறை தவறினால் பெண் அவள் மீட்டுவாள்
பெண்ணே முறை தவறினால் யார் வந்து மீட்டுவர் ?
விழித்துக் கொள்ளும் எம் பெண்ணினமே
வீறுகொண்டு எழுந்து வா புது சரித்திரம் படைப்போம்
மீண்டும்
நட்பாய்,காதலாய்,வீரமாய்,
பக்தியாய்,
சாதனையாய்,சரித்திரமாய்!

**-இளங்கவி இரா சதீஷ் குமார்**

## காமகன்களை களைத்தல்

கருவில் இருந்து
கனம் இறங்கியவளாக
எறியப்படுகிறாள்
கட்டவீழ்ந்துத் திரியும்
காமக் கயவர்கள் வாழும்
இச்சமூகத்தில்...

மாமாவிற்கு முத்தம் கொடு
மிட்டாய் தருகிறேன் என்பதுவே
மையப்புள்ளி ஆகிறது
இப்பாலியல் வன்புணர்வுக்கு!
பேதை பெதும்பையிடம் காமம்
மங்கை மடந்தையிடமும் காமம்
இது என்ன?
முதிர் வயதெய்தி அல்லற்படும்
மூதாட்டியிடமும் காமம்.

தன்
கால் சுவடுகளைச்
சாதனைச் சரித்திரத்தில்
கடல்போல பரப்பத்
துடிக்கும் அவள்களின்
கற்பைச் சூறையாடவே
கங்கனம்கட்டி அலைகிறது
இக்கழுகுக் கூட்டங்கள்...

நீதிமன்றத்திற்கும் செல்லமுடியாது
நீதி கேட்டு
இக்கொடுமைக்கு...
ஆடை களைந்து

அங்கம் தொட்டின் மட்டும்
ஆபாசம் என
கேவலமாக விரிவுரை வழங்கிய
கேடுகெட்ட சமூகம் தானே இது!

இங்கே
நீதி கேட்பது
நம்
சுயத்தை
இழப்பதற்குச் சமம்!

தவறு இழைக்காத ஆண்களும்
தலை குனிய நேரிடுகிறது
இத்தருதலைகளால்!
பெண்மையைக் கொல்லும்
இவன்களுக்கு
தண்டனை தான் என்னவோ?

பெண்ணே!
ஆயுதம் ஒன்று தீட்டிடு
உன் சுயமரியாதையிலும்
உன் ஒழுக்கத்திலும்
கை வைப்பவனின்
வாழ்வுக்கும் பசிக்கும் - அவன்
உதிரத்தையே உணவாக்கும்
ஆயுதத்தை நீயே தீட்டிடு!

பெண்ணே!
உன்னைத் தொடுவோனைத் துடிதுடிக்க
உன் நெருப்பின் வெம்மைக்கொண்டு
சுட்டெரித்துச் சாம்பலாக்கிடு!

பெண்ணே!
ரௌத்திரம் பழகிடு!
இக்காமக் கயவர்களைக்
களை எடுத்திடு!

பெண்டிர் சிந்தும்
மாத உதிர வலி
என்னவென்று
இவன்களுக்கு மெய்ப்படுத்திடு!
எங்கள் வலி இதுவென
கத்திக் கூர்முனையில் காட்டிடு!

நல்லதொரு சமூகம்
உனக்கென உன்னாலே
பிறக்கட்டும்!

**-பாத்திமா ஜாப்ரின் கா.அ**

## வேற்றுமையில் ஒற்றுமை

பெண்ணியம் வென்று பெண் சுதந்திரம்!
கண்ணியம் என்று மனித நேயம்!
சாதி, மத வேறுபாடுகள் இல்லா சகோதரத்துவம்!
பிரியாணியும் பொங்கலும் பரிமாறி கொள்ளும் பிஞ்சு உள்ளங்கள்!
மாற்றம் குறித்த விழிப்புணர்வு எண்ணங்கள்!
வறுமை குறைந்து எல்லை இல்லா வாய்ப்புகள்!
நிறம், தோற்றம் பார்க்காமல் சமூகம்!
மறுக்கபட்ட உரிமைகளுக்காக போராட்டம்!
அன்பும் அறனும் இணைந்த தேரோட்டம்!
நாம் என ஓங்கும் புரட்சி கைகள்!
அனைத்தையும் சாத்தியமாக்கி புதிய உலகம்!
ஆற்றல் மிக்க இளைஞர்களின் பொது நலம்!

**-அபிராமி ராமகுமார்**

## கைகள் ஓங்கட்டும்

அடுப்பு எரித்தே
அன்னமிட்ட கையும்
இரந்து வருவோர்க்கு
ஈகை செய்யும் கையும்
வந்தாரை வாழ
வைக்கும் கையும்
போர் வாள் ஏந்தி
சண்டையிட்ட கையும்
பாரத தேசம் காக்க
என் குருதி தருவேன்
என்றெழுந்த கையும்
அகிம்சை வழி
சுதந்திரம் கொண்ட கையும்
கொடி காக்க உயிர்
வைத்த குமரன் கையும்
பிட்டுக்கு மண் சுமந்த
எம்பெருமான் கையும்
தமிழ் வளர்க்க
சங்கம் கோர்த்த கையும்
குடும்பம் உடையாது
பொறுமை கொள்ளும் நம்பிக் கையும்
தராசு ஏந்தி நீதி சொல்லும் தேவதை மெய் கையும்
இவை ஓங்கும் கைகள் !
கத்தியின்றி இரத்தமின்றி
எழுதுகோல் தாங்கி
மொழியை கூராக்கி
மக்கள் மனதில்
புரிதல் விதைத்தது !
அறியாமை ஒழித்து

ஆணவம் அழித்து
ஆசைகள் துடைத்து
பற்றை ஊட்டி
உணர்வை உரைத்த
கவிஞனின் ஞானக் கையும்
பொன் செய்யும் புரட்சியின் கைகளே !

**-ம.சுதா**

## கரும்பும் கரும்பு சர்க்கரையும்

(திணிக்கப்பட்ட பொருளால் மறைக்கப்பட்ட மூலப்பொருள்)

ஒற்றைக்கால் உருவமாய் வேரூன்றி நின்றாலும்,
ஒற்றுமைக்கு சான்றாக தெரிகிறாய்!

வெட்டவெளியில் துண்டாக்கி சாறாய் கசக்கினாலும்,
சுட்டெரிக்கும் வெயிலில் தொண்டைக்கு நீர்பானமாகிறாய்!

வாணலியில் கொதித்து அச்சூர உருமாறினாலும்,
காணொளி காணும்போது எச்சூரும் உணவாகிறாய்!

மிகைப்படுத்தகூடிய சாயமில்லாத மூலப்பொருளை, இந்த
பதப்படுத்தப்பட்ட இரசாயன பொருளால் மறந்தோம்!

நியாயமான முறையில் தயாரிக்கப்படும் கரும்பு சர்க்கரை,
ஏன்?
நியாயவிலை கடைகளில் விற்பதில்லை!

**-இவன் ஜான் போஸ்கோ**

## பாரம்பரிய சீருடை

பாகுபாடு இல்லாமல் சரிசமமாய் காண்பதற்கு,
படிக்கும் போது சீருடையில் இருக்கிறோம் !

வாழ்க்கையின் பொறுப்புகளை சீரமைக்க,
வேலைக்கு போகும் போது சீருடையில் போகிறோம் !

பேருந்து ஓட்டுனர் முதல் மருத்துவர் வரை
பணிபுரியும் போது சீருடையில் காண்கிறோம் !

ஆனால்,
வழிபாட்டு தலங்களுக்கு செல்லும் போது மட்டும், ஏன்?
தமிழரின் பாரம்பரிய சீருடையில் போவதில்லை !

**-இவன் ஜான் போஸ்கோ**

## பிறரை சார்ந்த பொருளாதாரம்
## தன்னை சார்ந்த பொருளாதாரம்

அடிப்படை தேவைகளை பூர்த்தி செய்யும் பொருளாதாரம்,
தனிப்பட்டவருக்கு
அதிக பணத்தை திரட்டும் பணியாகிவிட்டது.

கிராமத்தில் வளர்க்கப்படும் மாடுகள் முதல்,
நகரத்தில் வளர்க்கப்படும் மாடி கீரைகள் வரை !

பழங்குடியினரின் ஒவ்வொரு பழக்கங்களும்,
பல தலைமுறை தாண்டியும் பயனளிக்கும் !

உடனடியாக கிடைக்கும் பல தொகையை எண்ணாது,
உயிர் உள்ளவரை கிடைக்கும் சிறு தொகையை
எண்ணுவோம் !

எந்த துறையிலும் பொருளாதார ரீதியாக ஆரவாரமாக
வேலை செய்தாலும்,
எள்ளளவாவது தற்சார்பு பொருளாதாரத்தில் ஆர்வம்
காட்டுவோம் !

**- இவன் ஜான் போஸ்கோ**

## பாலியல் வன்கொடுமை

மதம் பிடித்த ஆண்யானையால்
பச்சைப்பயிர் சூறையாடுவது போல்,
சில மதி மயங்கிய ஆண்களால்
பெண்களோ சீரலிகின்றன !

பச்சை முட்டைகள் பாம்பின்
வாயில் மாட்டுவது போல்,
சிறுபச்சிள மொட்டுகளோ
பாலாய் போகின்றன !

கழுகிடம் காப்பாற்ற அடைகாக்கும்
கோழிகளை போல, சில
கேடுகெட்ட கயவர்களிடம்
காவல் காக்கும் பெற்றோர்கள் !

உள்ளத்தில் உண்டான சபல
ஆசையை மறைக்க,உடுத்தும்
உடையை காரணம் சொல்வது சரியா ?

பெண்ணுக்கு பாலியல் வன்கொடுமை
செய்தவரை, ஏன் ? அனைவரும்
பார்க்க வெட்டவெளியில் தண்டனை
கொடுப்பதில்லை !

**இவன்**
**ஜான் போஸ்கோ**

## எங்கே மனித நேயம்

இயற்கை அன்னையின் சீற்றத்தில் பொங்கியது
ஆறும் , ஏரியும் மட்டுமா ?
மனித நேயமும் சேர்ந்துதானே !
பிரளய நேரத்தில் பிற மொழி மக்களும் நெருங்கிய
உறவாக மாறி தங்கள் கரம் நீட்டி பல இன்னுயிர்
காக்க ....காரணம்... இன்னமும் இம்மண்ணில் வற்றாமல்
ஊறும் மனித நேயம் !
இது எம் மதம் அது உம் மதம் என பேதம் பார்க்காமல்
எம்மதமும் சம்மதம் ..."அதுவே என் வேதம் இனி" என
நம்மை சொல்ல வைத்ததும் ... நம் உயிர் காத்த வேற்று மத
மனிதநேயம் !
வீடிழந்த மக்களை தேடி அழைத்து நம் வீட்டில் தங்க
இடம் கொடுத்து உன்ன உணவும் நாம் கொடுத்த அந்த
தருணம்
நம்முள் தூங்கி விட்ட மனித நேயத்தை நாமே தட்டி எழுப்ப ,
இயற்கை நமக்கு கொடுத்த ஒரு அரிய வாய்ப்பு !
இயற்கையின் சீற்றத்தில் பொங்கி வழிந்த இந்த மனித
நேயம்
இனி என்றும்
மங்காமல்,வற்றாமல் ஒரு ஜீவ நதியாகவே தங்கி
ஓடவேண்டும் நம்முள்!

**-அருட்சகோதரி.சகாய அரசி யோனீஸ்**

## சிறந்த மாற்றம் நீயே

ஒருவன் நல்லவனாவதற்கும் கெட்டவனாவதற்கும் இச்சமூக கட்டுப்பாடுகளும், விதிமுறைகளுமே காரணம்.

ஒருவனின் வாழ்க்கை இருளாவதற்கும்,
வெளிச்சமாவதற்கும் இச்சமூகமே காரணம்.

மனிதனிடம் மனிதத் தன்மையை புதைக்கிறது இச்சமூகம்!

ஆணும் பெண்ணும் சமம் என்று சொல்கிற சமூகம்,
வார்த்தைகளில் மட்டுமே சொல்கிறது ஆனால் செயலில்?

இச்சமூகத்திடம் இருந்து பல மாற்றங்களை எதிர்பார்க்கும் நாம், நம்மை மாற்றிக் கொள்ள தயாராக இல்லை.

இச்சமூகமே நாம் என்கிற மனிதர்களால் நிறைந்தது.

மாற்றத்தை மற்றவர்களிடமிருந்து எதிர்பார்ப்பதை விட முதலில் உன்னிடம் இருந்து தொடங்கு.

நீயே மாற்றமாய் இரு!
அதுவே மிகச்சிறந்த மாற்றமாயிருக்கும்!

**-க.பானுபிரியா**

## குழந்தை தொழிலாளி

வெயிலோ... மழையோ... பாராது...!
வயிற்று பசியை போக்க,
சமூகத்தின் ஊனத்தனமான சூழ்ச்சியால்
அகப்பட்ட ஏழ்மை சிறுவனின்
எதிர்காலத்தை நோக்கிய கனவால்
தன் உடலை வருத்திய வேலையால்
உண்டான வேர்வைத் துளிகூட
இரவின் மடியில் உறங்கும் பொழுதில்
தன்னை அறியாது, கண்ணின் ஓரம்
இமைமூட கசிந்தோடுகிறதே!
காய்த்து கிடக்கும் இறைக்கரங்கள்
புத்தகத் தாளை புரட்டும் காலம்
எப்போது?

**தமிழ்ச்சரம்**
**-Venkat_Karthi**

# விவசாயி

விடியலைக் காணும் முன்னே
வியர்வை வடித்து
விதைகள் "விருட்சம்" காண அந்தி
பகல் பாராமல் பலரது பசியை போக்கிட பாடாய் படும்
படைப்பாளி "விவசாயிகள்" மட்டுமே...
விதைக்கு உயிரூட்டி பயிராக்கும் பாட்டாளிகளின் கூட்டாலி
என்பதில் மட்டற்ற மகிழ்ச்சி அடைகிறேன்...
பசிக்கு அழுகும் குழந்தைக்கு
"பாலூட்டும் தாயைப்" போல் பஞ்சத்தில் இருப்பவர்களுக்கு
"உணவளிக்கும்" ஒவ்வொருவரும் "கடவுளே"...!
மிஞ்சிய உணவை "தூக்கி எரிய"
தெரிந்த நமக்கு அதை கொடுத்தவன்
"தூக்கிலிட்டு"க் கொல்வதும் தெரிவதில்லை...
விளையாட்டு பொருளை மழையிலும், வெயிலிலும் இருந்து
பாதுகாக்க தெரிந்த நமக்கு ...
விளைபொருளையும், விளைவித்தவனையும் பாதுகாக்க
முடியவில்லை...
விளையாட்டில் உயிராய் இருப்பவர்கள், உயிர் வாழ
தேவையான விவசாயத்தை விளையாட்டாய் கூட
விரும்புவதில்லை...
நாடு வளர்ச்சி பாதையில் செல்கிறது என்றாலும், நாட்டின்
முதுகெலும்பு கூனிப்போய் தான் கிடக்கிறது...
டிஜிட்டல் இந்தியாவில் "விரும்பியதை" செய்யலாம்,
"விளைச்சலை" செய்து விட முடியாது!

**-ப.அன்பரசன்**

## மனித நேயம்

சமூகம் சமூகம் என்றோமே, சமுகம் எங்கிருக்கிறது...
சமூகம் என்ற ஒன்று தனியாக எங்கும் கிடையாது...
மக்களின் வாழ்வியல் திறனும், ஒற்றுமையுமே சமூகம்.
சமூகம் மாற வேண்டும் சமூகத்தில் மாற்றம் வேண்டும்
என்று நினைப்பவர்கள் ஒரு போதும் தன்னை மாற்றிக்
கொள்ள விரும்புவதில்லை...
தனி மனிதனின் மாற்றமே சமூகத்தின் மாற்றம்.
இந்த சமூகம் என்ற மேடையில் ஓர் மனிதனின் மதிப்போ
அவன் உயிரோ அவனிடம் உள்ள காசு பணத்தை வைத்தே
அரங்கேற்றம் செய்யப்படுகிறது.
சாலையில் ஒரு காகம் இறந்து கிடந்தால் கூட அதைச் சுற்றி
பத்து காகங்கள் வட்டமிடும்... இதயமற்ற எறும்புகள் கூட
இறந்த உடலை விட்டுச் செல்லாது...
சாலையில் விபத்து ஏற்பட்டு உயிருக்கு போராடும் உடலை
தீண்டத்தகாத பொருளை போல உதாசீன படுத்தும் உலகம்
இது... இங்கு எதுவும் மாறவில்லை மனிதனைத் தவிர...
எல்லாம் மாறிக்கொண்டே போகிறது மனிதனின் தவறால்...
மனிதன் பயன்படுத்திய பொருட்கள் எல்லாம் மனிதனை
பயன்படுத்த தொடங்கி விட்டது.
விஞ்ஞானமும் வளர்ச்சியும் மனிதன் தனித்து வாழ கற்றுத்
தருகிறதே தவிர ஒற்றுமையையும் பண்பாடு களையும்
கற்பிக்கவில்லை. மனிதாபிமானமும் மனித நேயமும்
மட்டுமே ஒரு சிறந்த சமூகத்தை உருவாக்கும்!

**-ப. அன்பரசன்**

## கூர்மை தீ அவள்! (வைதீ)

ஆண் நீ அடக்கு முறையா ...?
பெண் உனக்கு அடிமை முறையா..?
பெண்ணியம் பேச நீ பெரியாரா..?
பெண்ணை அடிமை படுத்த நீ யார்..?
நீ அன்பாய் சொன்னால் பேச்சை கேப்பாளா...?
நீ ஆணவமாய் சொன்னால் உன் அவள் கேப்பாளா...?
உன் சோம்பலுக்கு அவள் படுக்கரையா..?
இல்லை அவள் பாரதியின் உடை....!
தாய்பால் குடுத்த மார்பிலே....!
பெண்ணிடம்
உன் முரட்டு புத்தியை காட்ட நீ யார்..?
நாரி..! (பெண்)
நீ ஒன்றும் நாய் இல்லை ..!
உனக்கு இணை யாரும் இல்லை..!
ஆடவள்..!(பெண்)
தயங்கி நிற்காதே!
உனை அந்த நாய்கள் அடைய
நீ இடம் குடுக்காதே..!
அடி துறத்தி அடி...!
தூய்மையானவளே
துன்புறுத்தும் நாயை துறத்தி அடி!

**- கு.கிருஷ்ணா**

## விழித்து வா!

பறை அடுச்சு
ஆடி விளையாடும் மக்களுக்கு

வானலவில் சொந்தம்

அந்த சொந்ததில் ஒரு மகிழ்ச்சி
எம்மக்களுக்கு

அவர்கள்
மகிழ்ச்சியில் ஈடுயில்லை..!

அப்போது இல்லாத
சிறு பகையும் கோவமும்
இப்போது
ஏன் வந்தது

வேறு ஒன்றும் இல்லை
என் ஜாதி
என் மக்கள்
மட்டும் எனக்கு சொந்தம்

அது வெறும் ஜாதி
அது வெறும்
சிலந்திகூடு....!

உன்னை நீயே சிறைப் பிடிக்காதே
உன்னை சுற்றி இருப்போர்களையும்
சிறை பிடிக்கவைக்காதே

நம்வாழும் இப்பூமியில்
பெரியார்
அம்பேத்கார்
காரல்மார்க்

அவர்கள் ஜாதி என்று பார்த்தால்

பெண்கள் சுதந்திரமாய் நடமாடி இருக்க மாட்டார்கள்
உனக்கு தாய் ஒன்றும் கிடைத்து இருக்காது..!

சட்டம் இல்லை யென்
நாம் குற்றம்
இன்னும் பெருகி கொண்டே தான் போய் இருக்கும்

இந்நாட்டில் திருடர்கள் ஆதிக்கம் தான்

ஜாதிகள் இல்லையடி பாப்பா
பாரதியார்

ஆனால் இன்னும் என் நாட்டில்

பிஞ்சுக்கும் நெஞ்சை விதைத்து
அந்த விதைக்குள் ஜாதியை ஊட்டுகிராய்

சொரூட்டும் உன் கையில் அவர் புத்திக்கு
சமத்துவம் கத்து கொடு
புரட்சிசெய்ய கத்து கொடு

என் மகனுக்கு புரட்சி எதுக்கு
சமத்துவம் எதற்கு

அடே
உன் பிள்ளையைய்
உனை போல் வளர்க்காதே

உன் பிறப்பு ஒரு சாக்கடை

அவன் பிறப்பு ஒரு போராளி
அவனை ஏமாற்றதே

அவனை அவனாக வாழவிடு

சகமனிதனாக
இல்லை

ஒரு புரட்சியாளனாக...!

தூங்கியவர்களை விழிக்க
வைத்த காலம் போய்

இன்னும்
தூங்கிக்கொண்டு
தான் இருக்கிறார்கள்
ஜாதியால்

விழித்து வா!

**- கு.கிருஷ்ணா**

## மாற்றம் காண்! உன்னிடம்

இரு இதழ் போல்
இரு மனம் சேர்ந்தோம்

பறவையாய் உலகம் சுற்றி திரிய
புறா கூட்டம் போல் காதலை வளர்த்தேன்

அடுத்து திருமணம்...!

என் அம்மாவிடம் அவள் அன்பை கூறினேன்
என் அப்பாவிடம் அவள் காதலை சேர்த்தேன்

அவள்
என்ன மதம் ..?
என்ன சாதி ..?
நாம் சேர்த்தாலும்
சமூகம் சேர்க்காது
மதம் சேர்க்காது

வேண்டாம்

சில வாக்குவாதம்..!

சம்மதிப்பது போல் சம்மதிப்பது
மனதில் ...!
வஞ்சகம்
மதத்திற்கு வெறுப்பு

அம்மா அப்பா ..!
சம்மதம் தெரிவிக்க
திருவிழா போல் கொண்டாட்டம்

சில நாட்களில்
பருந்து கூட்டம் எங்களை கண்வைத்தது

என் காதல் அவர்களுக்கு இறையானது

சாதியால்
இரு கைகள் கட்டப்பட்டது
இரு கால்கள் சுற்றுப்பட்டை சூழப்பட்டது
தலைகள் துண்டிக்கப்பட்டது

என் மீது குற்றமா..?

இல்லை

நான் செய்த காதல் மீது குற்றமா
என் பிறப்பில் குற்றமா..?

இல்லை

என் மனதை மட்டும் பார்க்கும்
அவள் மீது குற்றமா..?

காதலை வளர்த்தேன்
சாதியை ஏற்படுத்த அல்ல
என் பாசத்தை தெரிவிக்க

எங்கிருந்து வந்தது
இந்த பகை
உன் மகள் என்று யோசிக்கவில்லை
உன் மகன் என்று பார்க்கவில்லை

அவன் காதலுக்கு வேலிஅமைத்து

அவர்கள் காதலை மண்ணெண்ணெய்
ஊற்றி அவர்கள் உடலை தீ பற்ற வைக்கிறாய்

இல்லை
தூக்கிட்டு ஏத்துகிராய்

இல்லை
கூலிப்படைக்கு கூலி குடுத்து அமைக்கிறாய்

யார் கொடுத்தாய் உனக்கு உரிமை

உன் மார்பில் பால் ஊட்டி
அவன் மீது பாசம் காட்டி
வளர்த்தாய்

தாய்...!
நீ பெற்ற வயிற்றில்
சாதி பார்ப்பாயா

நீ வளர்த்த மார்பில்
சமூகம் அவனை வளர்க்கவில்லை
தந்தை...!
மதம் பார்ப்பாயா
மாற்ற வேண்டியது சமூகத்தை இல்லை
மாற வேண்டியது மதம் இல்லை
நீ காட்ட வேண்டியது சாதி இல்லை

நீ மட்டுமே உன் எண்ணம் மட்டுமே
மாற வேண்டும்

மாற்றம் காண்போம்
புதிதாய் பிறப்போம்
உயிரை காப்பாற்றுவோம்
சாதியை தூக்கீடுவோம்
மதத்தை தீ மூட்டுவோம்

புதிதாய் பிற
மத சாதியை மற!

**- கு.கிருஷ்ணா**

## என் தமிழகம் மாற ஆசை

மாற்றங்கள் மனிதனுக்கு அவசியம்
என்றால் நாட்டிற்க்கு எவ்வளவு அவசியம்..??
என் நாட்டில் நான் விரும்பும் மாற்றங்கள்.!!!
ஊழல் இல்லாத ஆட்சி அமைய வேண்டும்..!
ஏற்றம் பார்க்காத தலைவன் வேண்டும்..!
விவசாயம் செழிக்க ஆசை...!
மாணவன் படிக்க ஆசை!
பெண்ணை பெண்ணாக பார்க்க ஆசை...!
அவளின் கற்பை காக்க ஆசை ...!
ஏழை கண்ணீர் துடைக்க ஆசை...!
வயிற்றுக்கு சோறு இட்டவன் வாழ்வதை பார்க்க ஆசை...!
தமிழகத்தில் தமிழன் வேண்டும்...!
என் தமிழகம் புதிதாய் இருக்க ஆசை
இவை அனைத்தும் நிறைவேற ஆசை!

**-பிரேஷ்மா முருகன்**

## நெருப்பு அவள்

போதும் போதும்!
பெண்ணிற்கு எதிரான
பெரும் கொடுமைகள் போதும்!
ஆஸிபா முதல் மீருட் கிழவி வரை
எட்டு வயது சிறுமி முதல்
நூறு வயது கிழவி வரை
பாலியல் பலாத்காரம்
செய்தது போதும்!
அதற்காக அழுது புலம்பியதும்
இனி போதும்- பெண்ணே!
எழுந்திரு! விழித்திடு!
அகிம்சை வேண்டாம்!
ஆயிதத்தை எடுத்திடு!
உன்னை தீண்டியவனுக்கு
நீயும் தண்டனை அளித்திடு!
பாரதி கண்டப் பெண் நான்
என நீயும் முழங்கிடு!

**-முஹம்மது இலியாஸ்**

## மின்னேர் உழி

பாங்கோடு பண்புரைத்து நேசம் தந்த திருநாட்டில்!
நல்சுவாசம் தந்த திருநாட்டில்!! பேராண்மை
பெருங்கொடுமை நிகழ்ந்ததும் ஏனோ..?பெண்மையின்
பாங்குதான் பறிக்கப்பட்டதும் ஏனோ?தெய்வமாய் போற்றி
தொண்டு செய்த இந்த தாய்நாட்டில்!! பாரத பெருநாட்டில்..!
சீர்குலைக்கும் சிற்றின்பச் சீண்டல்கள் ஏனோ...?
தீண்டாமைகள் ஒழிந்தன... தீண்டல்கள் ஒழிக்கப்பட
மறந்தன..! உறுதி ஏற்றோம் உவப்போடு நன்னாட்டில்
"இந்தியர் அனைவரும் சகோதர சகோதரிகள்" என்று
மனிதமுறைத்த மாண்புமிக்க வரிகள் வலிமை
இழந்தனவோ?இல்லை வாஞ்ஞை தான்
இழந்தனவோ..?ஏற்போம்! நல் உறுதி ஏற்போம்..! காப்போம்!
பெண்ணியத்தை அல்ல! நம் ஒவ்வொருவரின்
கன்னியத்தை!! இனிவரும் நன்னாள் அது சீர்மிகு
தாய்நாட்டின் பொன்னாள்!!! வாழ்க தமிழ்!!! வளர்க பாரத
மணித்திருநாடு!

**-கு.ஸ்ரீமதி**

## தேடல்..!

சிறகடித்த சிறுவயதில் தாயின் பொன்மடியில் ஒரு தேடல்...! சின்னஞ்சிறு சிணுங்களாய் பருவத்தில் ஆசைக்காய் ஒரு தேடல்..! பண்புரைத்த பள்ளிதனில் அறிவுக்காய் ஒரு தேடல்..! வாழ்வில் ஒரு சேரமைக்க நல் துணைக்காய் ஒரு தேடல்..!
இப்படி தேடிய தேடல்கள் எல்லாம் வாழ்வை மெட்டமைத்தன...!
ஆனால்..... இன்று......
தாயிடம் இல்லை நம் தேடல்! தந்தையிடம் இல்லை நம் தேடல்!!கல்வியிடம் இல்லை நம் தேடல்!! வாழ்விடம் இல்லை நம் தேடல்!!
தேடல்..தேடல்..என்று..!
கண்டெடுத்தோம் ஒன்று!
தொலைபேசி என்று..!
நம்மை நாமே தொலைத்தோம் அன்று!
என்று காண்போம் இயற்கையின் இன்பத்தை! என்று மீட்போம் நம் தேடலின் சுவாசத்தை!!
அனைத்து தேடலும் ஒன்றினுள் அடைந்தன..
தேடப்பட வேண்டிய தேடல்கள் அசைவற்றுப் போயின..!
இன்னும் கூட காலம் உள்ளது தேடலை நாம் கண்டெடுக்க..!
தேடல்...
வாழ்வின் இன்பம் தரும் இனியநல் உணர்வு...!
உணர்வோம்!!
தெளிவோம்!!

**- கு.ஸ்ரீமதி**

## பிரிதொரு விதி இல்லை!!!

சாதி வேண்டாமென சொல்லி......
வேண்டிய ஒன்றாய் மாற்றினோம்...
இனப்படுகொலை...!
பல இழந்தும் இந்த இதயம்
எதை தேடி அலைகிறது..!
இதிகாரும் உயிரின் குறுதி ஒரு நிறமே...!
பசிபோக்கும் பல்வகை தேவை
அனைவருக்கும் ஒரு சாரமே...!!
நீதிமன்றம் சொன்ன பல தலைவர்கள்...
நம் முன் சான்றாய் இருக்கையில்
சாதிக்கு சேதி சொல்வதும் ஏனோ..?
பாங்குரைத்த பெரியாரின்
வாய்மொழியும் வீனோ..?
அம்பேத்கரை கண்ட பின்பும் கூட
இந்த இழிச்செயலும் சரிதானோ...?
ஓர்க்குறுதி உடல் தனில் இருக்கையில்
இந்தியன் என்ற ஓர் பெருமை போதும் உனக்கு!
தேவையில்லா சாதி பெருமைதனை
மனிதா நீ விலக்கு!!
உயிர்பெறும் ஒவ்வொரு நொடியும்
பிறக்கும் ஒவ்வொரு உயிரும் புனிதமே!
ஒவ்வொரு உடலும் பெற்றவள் செய்த தவமே!! ஒன்றிலிருந்து
ஒன்று ஒருபோதும்
தாழ்வதில்லை..!!

மனிதம் தன்னில் வீழ்வதில்லை...!!!
மனிதா!
விழித்துப்பார்!!
உண்மை அறிந்து இரசித்துப்பார்..!!
இவ்வுலகமே சொர்க்கமாய் மாறும்
அந்நாள் நோக்கி....
என்னவளின் இருகரங்கள் நல்கவி வடிக்க காத்திருக்கும்..!!
உயர்வோம்!!
தலைநிமிர்வோம்!!!

**-கு.ஸ்ரீமதி**

## அவளின் ஆதங்கம்

மலர்ந்தும் மலராத வெகுளி சிறுமியவளை சீரழித்தவனின்
கைகளை வெட்டி விடும் உரிமை வேண்டும்...!

உடலுக்கு பசியெடுத்தால் பெண்களை வேட்டையாடும்
இரக்கமற்ற மிருகங்களை எரித்து கொல்லும் உரிமை
வேண்டும்...!

போர்த்திக் கொண்டு போனாலும் பின்தொடரும்
பின்புத்திகாரரர்களை விரட்டியடிக்கும் உரிமை வேண்டும்...!

கண்ணில் படும் பிஞ்சுகளை கருவருத்து கொல்பவனை
கழுத்தறுத்து கொல்லும் உரிமை வேண்டும்...!

பூவரும்புகளை கொள்ளையிடும் கயவர்களின் தலையை
எடுக்க உரிமை வேண்டும்...!

விளையாட வாங்கி தந்த பொம்மைகள் கூட பத்திரமாக
இருக்க ,பாதுக்காக்கப்பட வேண்டிய பெண்பிள்ளைகளை
கொன்று புதைப்பவனை கொளுத்தி விடும் உரிமை
வேண்டும்...!

மாது என உணரும் முன்னரே
மடிந்து போன கதை ஆசிபாவோடு முடியட்டும்...!

ஆடைமாட்டி கொண்டாலும் பொசுங்கி போகாமல்
பூச்செண்டாக மலர்ந்திட சுதந்திரம் வேண்டும்..!

நாட்டில் பெண்பிள்ளைகள் படும் துயரங்களுக்கும்,
அவலங்களுக்கும் சரியான தீர்ப்பு வேண்டும்...!

ஆடை குறைந்தால் அசிங்கம் என்பது இல்லையடா
ஆணுக்கு மட்டும் என்ற நிலை மாறிட வேண்டும்...!

பூக்களாய் சிரிக்கும் பெண்களை காயப்படுத்தி
கசக்கியவனை தண்டிக்க கடவுளின் உருவில் காவல்துறை
மாறிட வேண்டும்...!

நீதிக்கு மன்றாடும் நிலை நீங்கி தீங்கு செய்தவனை
தீக்கிரையாக்கிட வேண்டும்...!

மோகபசிக் கொண்ட ஓணாய்களை கண்டு ஒதுங்கி போகும்
பூனையாக இல்லாமல் புலியாக வாழும் புது உலகு
வேண்டும்!

**- நந்தினி**

## புதியதோர் உலகம்

விதைத்தவனே விலையை நிர்ணயம் செய்ய வேண்டும்!
விதைப்பவனின் வேதனை அனைவருக்கும் புரிய
வேண்டும்!

போட்டிகள் குறைய எண்ணினேன்....
பொறாமை இல்லா உலகம்
வேண்டும்!

பிச்சை இல்லா சமுகம் வேண்டும்!
அனாதை இல்லா உலகம்
வேண்டும்!

உழைப்பிற்கு ஊதியம் வேண்டும்!
உழவனுக்கு மதிப்பு வேண்டும்!

ஏழைக்கும் கல்வி வேண்டும்!
ஏழ்மை நிலை அற்ற உலகம்
வேண்டும்!

பண மதிப்பு குறைய வேண்டும்!
மனிதனின் மதிப்பு உயர
வேண்டும்!

எல்லோருக்கும் தெளிவு வேண்டும்!
நல்லதோர் ஆட்சி இங்கு
வேண்டும்!

உழைப்புக்கு நிலம் வேண்டும்!
வீட்டு மனைகள் குறைய
வேண்டும்!

பெண்கள் எல்லாம் கற்க வேண்டும்!
பெண்ணியம் இங்கு போற்றப்பட
வேண்டும்!

**- தமிழின் தோழன்**

## மனமே மாறு

தீமைகள் இருக்கும்
நன்மைகள் இயங்கும் வரை
இது தார்மீக இயற்கை
நன்மைகளை நாம் தான்
தேர்ந்தெடுக்க வேண்டும்
அரசியல் முதல் அனைத்திலும்
சீர்கெட்டுவருகிறது
அத்தனைக்கும் ஆரம்பம்
நம் மனது தான்
உலகம் மாறவேண்டுமென்றால்
மாற்றவேண்டும் முதலில்
நம் மனதை!

**-ம.ராகவைத்தமாநிதி**

## ஆசை ஆசை

பச்சைப் பசேலென்று காணும் வயல்வெளிகள்
மாசில்லாக் காற்று
நீரூற்றின் ஓசை
எத்தனை வளங்கள் இந்நாட்டில்
இவற்றை அனுபவிக்க வழியின்றி
மரங்கள் வெட்டப்பட்டு
பறவைகள் இல்லம் பறித்து
விலங்குகளை துன்புறுத்தி
இன்பம் காணும்
கொடூரச் செயல்கள்
எப்போது மாறும்?
பெண்கள் தைரியமாக
செல்லும் காலம்
எப்போது மாறும்?
நம் பசியை போக்கும்
விவசாயிகளின் போராட்டம்
எப்போது மாறும்?
பச்சிளம் பெண் குழந்தைகளை
கூட விட்டு வைக்கவில்லையே
இச்சமூகத்தில் வாழும்
மானிட மிருகங்கள்
இந்த நிலை
எப்போது மாறும்?
வரதட்சணை வன்கொடுமைகள்
பெண் சிசு கொலை
எப்போது மாறும்?
சாதி மதம் இனம்
நிறம் பாகுபாடு
காட்டும் சமூகம்
எப்போது மாறும்?

வியாபாரமாகும் கல்வி
நீட் எனும் உயிர் கொல்லி
எப்போது மாறும்?
கொலை கொள்ளை பீதி
தீவிரவாதிகளின் அட்டூழியம்
எப்போது மாறும்?
பசி பட்னி வறுமை
வாட்டி எடுக்காத சமூகம்
எப்போது மாறும்?
இலவசம் என்று சொல்லி
கொள்ளை அடிக்கும் கூட்டம்
எப்போது மாறும்?
மது போதைக்கு அடிமையாகி
உயிர் மாய்க்கும் அபாயம்
எப்போது மாறும்?
சுதந்திரம் கிடைத்தும்
சுரண்டல்கள் நிற்கவில்லையே
இப்போது கொரோனா
உலகமெங்கும் ஆட்டிப்படைக்கிறது
இந்த அவல நிலை
எப்போது மாறும்?
இப்படி பல பல செயல்கள்
மாறாதா என ஏங்கும்
பல நல் உள்ளங்களின்
குமுறல்களையும் ஏக்கங்களையும்
இப்பதிவில் சமர்ப்பிக்க
வாய்ப்பு கிடைத்ததற்கு
நன்றி!

**-மினு.வி**

## மது ஒழிப்பு

குடி வாசம் வீசும்
குடியிருக்கும் குடிசை வீட்டில்
தன்மானமிழந்து தன்னிலை மறந்து
தள்ளாடி வரும் தந்தை!

உழைத்ததில்  பாதி உறியுது
மதுக்கடை கல்லாப்பெட்டி
உணவின்றி கஞ்சிக்கு பழக்கப்பட்டது
பிள்ளை பிஞ்சுகள்!

குடியால் மரியாதை இழந்து
குடும்பம் நின்றது நடுவீதியிலே
படிப்பை இழந்த சிறுவன்
பாட்டிலை எந்தினான் மதுக்கடையிலே!

அரசின் வருவாய் பெருக
அடகுக்கடையில் உறங்கும் நகை
தன்னை அழிக்குமென அறிந்தும்
புதையில் விழும் மாயை!

வயிற்றில் வளரும் சிசுவும்
போராடும் நடு ரோட்டிலே
உயிர் குடிக்கும் மது
வேண்டாம் இனி நாட்டிலே!

**-நந்தினி**

## உரிமைக்குரல்

புறப்படு என் தோழா புரட்சிக்கு !
விழித்தெழு தோழா இவர்களை வீழ்த்துவதற்கு !
கைக்கோரு என் தோழா!
நம் சக்தியை வெளிக் காட்டுவதற்கு !
இவர்கள் யாரடா
நம்மை அதிகாரத்திற்கு அடிபணிய வைப்பதற்கு !
உயிர் கொடுத்த மண்ணை
உரிமையோடு மீட்க
எழுந்து வா தோழா !

**- சு. அசோக் குமார்**

## மழலையின் அவலங்கள்

அல்லும் பகலும் மந்தையோடு மந்தையாக திரிந்துக்
கதிர்வீச்சால் நொந்து
வியர்வையினால் குளித்து
வேலையின் பாரத்தைச் சுமந்துக் கொண்டு
பசிப்பிணியைத் தாங்கிக் கொண்டு

நீண்ட இரவினைக் கடக்க விடியலைத் துரத்தித் துரத்திச்
செயலிழந்து
கற்தூக்கித் தொலைதூரம் தாண்டி தாகம் தீர்த்து
பசியுள்ள வாழ்வினை வியர்வைத் துளிகளால் தனித்து

ஓடா கடிகாரமாய் நேரம் போக;
ஆனால் அவர்கள் நேரம் அறியாமல் ஓடாய் தேய்ந்து
ஒதுங்க இடமறியாமல்
ஏடுகளைப் பிடிக்கும் வயதில் ஏணியினைப் பிடிக்கச் செய்து
பம்பரம் விளையாடும் வயதில் பம்பரமாய் சுழன்று
கண்ணாமூச்சி விளையாடும் வயதில் நல்வாழ்வினை
இவர்களின் கண்ணிலிருந்து மறக்கச் செய்து
பார்ப்போர் இடம்தனில் மறைக்கப்பட்டு
இன்னும் எத்துணை மழலைகள் வலைப்பிடித்து
கல்லாகுமோ!

**-ப.ஹரிணி(kaviyin_kadhali)**

## சாதி என்னும் தீ

இந்த சமுதாயத்தில்,
சாதி என்ற தீக்கு மட்டும்தீப்பெட்டியே தேவையில்லை....
ஏனென்றால் அதை பத்தவைக்க அதிக பேர்
இருக்கிறார்கள்
ஆனால்,
அதை அணைக்க வெகு குறைந்த பேர்தான்
இருக்கிறார்கள்.....
இத்தீயை, அணைப்பதற்கு
தீயணைப்புகாரர்கள் வந்தால்கூட அவர்களையும்
எரித்துவிடும் இத்தீ...
ஆதலால்,
மக்களே இத்தீயை அணைக்க ஒரு அணை தண்ணீர்
வேண்டாம்,
நல்லெண்ணம் கொண்ட அகம்தான் வேண்டும்.
ஏனென்றால்,
அகம் நினைத்தால் தான்
மூளை செய்யும்.
அப்படிப்பட்ட, சிறுமூளைக்காரர்களை எரிக்க
இப்படிப்பட்ட, நல்லெண்ணம் கொண்ட மூளைக்காரர்கள்
தான்
இத்தீயை அணைக்க முடியும்...
மக்களே,
இந்த சமுதாயத்தில் நாம் 'சாதிக்கு'பிறந்தவர்கள் அல்ல
நாம் 'சாதிக்க' பிறந்தவர்கள்!

**-ஆ.தனலட்சுமிஆனந்த்**

## பெண்கள் என்ன பெட்டகமா

பட்டாம்பூச்சி அழகும்
பருவ மங்கையின் அழகும்
ரசனை வடிவில் ரசிக்க வைக்குமே
ராட்சசன் போன்ற மிருக மனிதன்
ருசிப்பதற்கு அல்ல எம் மங்கை
மானிடம் மனிதனும் அடக்கி ஆள
நெடும் பாதை அல்ல
நீர் வீழ்ச்சி மங்கையவள்
உடலில் உடை அணிந்தாலும் உணர்ச்சி கொட்டுகிறாய்
உடை அவிழ்க்க வலை வீசவும் செய்கிறாய்
சதையை பார்த்து அனுபவிக்க நினைக்காதே
மண்ணில் புதைத்தால்
மக்கும் சடலமடா மனிதா
பெண்ணை ருசிக்க நினைக்கும் நீ
உன்னை மண் ருசிக்கம் நினைவில் கொள்
இச்சைக்கு வாழாதே
எச்சில் கூட துர்நாற்றம் வீசுமடா
மங்கையவள் மனதிற்கு பெட்டகமே
மானிடத்திற்கு மனிதருக்கும் அல்ல!

**-மு.முஹம்மது உமைர்**

## மரணம் வென்ற மறவன்

மானிடனே !
வித்திலிருந்து விதைத்தெழுந்து
விருட்சமாகி விண்ணளவு
நீண்டு போகும் மரத்தினைக்கண்டு
வியக்கிறாயே நீ !

தீராக் காதலால்
உரு தந்த தந்தையவனால்
உயிர் தந்த தாயவளின்
ஒப்புயர்வற்ற சிம்மாசனமதில்
சிங்காரமாய் இடம்பிடிக்க
கண்ணிரண்டும் காணாமல்
காலிரண்டும் ஓடாமல்
கையிரண்டும் தோன்றாமல்
இதயம் அதன் இசையைத் தொடங்காமல்
இருந்த ஆதியதிலேயே
ஆயிரம் பேரோடு போர் செய்து
ஆரத் தழுவிய வெற்றி மகன் நீயல்லவா !

உனக்குள் இருக்கும் உந்து சக்தியை
உலகறியச் செய்ய வேண்டாமா !

உனது உத்வேக மிரட்சிதனைக் கண்டு
உலகம் சற்று வளைந்து கொடுக்குமே !

ஊரார் தூற்றும் உப்பற்றப் பேச்சுகளுக்காய்
உறுமிக் காட்டவேண்டிய நீயோ
உட்கார்ந்து அழுகிறாய் மூளையதில் !

தோன்றும்போதே யுத்தம் வென்றவனுக்கு
சோர்ந்து போகும் இந்த வீண்கவலை எதற்கு ?

துணிந்து செல்லடா மானிடா !
துவண்டு கிடந்து
துக்கமதிலே துயில் கொள்ளாமல்
தொடுவானமதைத் தூர்வார
தொடும்செயல் அனைத்தின் வெற்றிகள் உன்மார்சேர
உன் இதயப் புரட்சியைக் கையிலெடு !
பின் இமய உயர்ச்சியில் மையலிடு !

**- தமிழ்ச் சேவகி**
**த. சிந்துகவி**

## இது புதுமை பெண்கள் புத்துயிரளித்த பாஞ்சாலி சபதம் !

சேலையின் உறுத்தல்
மாராப்பு தானா?
வேஷ்டியின் புகைச்சல்
நாகரிகம் தானா?
ஆடையின் அவசியம்
மனிதன் தானோ ?
நவீனத்தின் நர்த்தனம் ! பாரம்பரியத்தின் நார்த்திகம்!

பெண்ணியத்தின் பார்வை ஆணாதிக்கத்தின்
போர்வைதானா?
கடல் தாண்டி சென்றாலும்
கைப்பாவை தலையாட்டும்
பொம்மை தானா?
அன்பு மிகுதியின்
ஆயுள் கைதி தானா ?
குடும்ப மானம் அவள்
காதல் கல்யாணத்தில் தானோ?

ஒருத்தனுக்கு ஒருத்தி ஒருமைதானோ?
பலத்தனுக்கு பலத்தி புதுமைதானோ?
பாலியல் துன்புறுத்தல்
புனிதம் தானோ ? பாவமன்னிப்பெல்லாம் கட்டுக்கதைகள்
தானோ? இவையெல்லாம் கலியுகத்தில் காட்டப்படும்
கண்கட்டி
வித்தைகள் தானோ?

சிகை அலங்காரத்தையும்
சிந்துபைரவியையும்
சீரமைக்க தான் சீரழிக்கப்பட்டாளோ ?

சீவி சிங்காரித்து சீராட்டி பாராட்டி வளர்த்த சீமாட்டியின் மகள்
அதிரூப சுந்தரி சிந்தாமணி!

ஒப்பனைக்கும் ஒவ்வாமைக்கும்
ஒப்புகை சீட்டு எழுதி
ஒப்பாரி வைக்கத் தான்
ஒழுக்கத்துடன் பூசி முழுக பட்டாளோ?

விற்பனைக்கும் விளைச்சலுக்கும் விருப்பத்துடன் ஊட்டி
ஊட்டி வளர்க்கப்பட்டாளோ?
ஒழுக்கத்துடன் ஒழுகப்பட்டாளோ?
சாயப்பட்டறையில் சிறையிலடைக்கப்பட்டாளோ?
இல்லை ஒன்றுமில்லாமல் ஒழிக்கப்பட்டாளோ?

ஒலியும் ஒளியும்
உளியும் வலியும்
ஒய்வில்லாமல் உருகப்பட்டாளோ? இல்லை
உருவாக்கப்பட்டாளோ?

பிரேமையின் பிடிவாதமாய் கற்பனையின் கடிதமாய்
கண்டிப்பின் காகிதமாய்
பிடிவாதத்தின் பிடியில்
பிடித்தம் இல்லாமல்

காட்சிப் பொருளாய்
மனசாட்சியின்றி
இறைவன் சாட்சியாக
காட்சிப் படுத்தப் பட்டாளோ?

தலைவிதியே என்று
தலைவாரிப் பூச்சூடி

தலைவிரி கோலமாய்
தலைவன் சூட்டிய பூமாலையோடு
தண்டனை கைதியாய்
தற்கொலைக்கு தூண்டப்பட்டாளோ?
இல்லை தூக்கிலிடப்பட்டாளோ?
தூண்டியவர்க்கு தான் முழு உண்மையும் தெரியும்!

மனித சங்கிலியை
மனமார ஏற்றுக் கொண்டாளா? மணமாலையை
மனம் உவக்க
மணந்துகொண்டாளா ?

உப்பும் உவர்ப்புமாய்
இனிப்பும் கார்ப்புமாய்
கசப்பும் துவர்ப்புமாய்
அஞ்சரைப் பெட்டிக்குள்ளேயே
அடுப்பூதியே அவளது வாழ்வு
முடிந்து விடுமோ?

வத்தலோ வெடிகுண்டோ
கற்றலோ கால்வாயோ

வெய்யோனோ வெண்மதியோ
நாய் வாலை நிமிர்த்த முடியாது!
ஊர் வாயை அடைக்க முடியாது!
ஊர் வம்பை விலைக்கு
வாங்க முடியாது!

ஊர் குருவி பருந்தாகாதா?
ஊடுருவி உயர பறக்காதா? சிட்டுக்குருவி சிறகடிக்காதா?
அடுப்பூதும் பெண்களுக்கு
சுட்டுப்போட்டாலும்
படிப்பு மட்டும் ஏறவே ஏறாதா என்ன?
சாதனை பூக்கள் நாங்கள்
சரிந்துவிழ மாட்டோம்!
சரித்திரம் படைப்போம்!

**- பா.கவுசிகா (பார்கவி)**

## மாற்றமே மாறாதது

ஆசைகள் உண்டு ஓராயிரம்!
அவை சொல்லும் வரிகள்
ஆயிரம்!
அனைவரும் கற்க வேண்டும்.
சிறந்த கல்வி!

இரவு நேர தனி பயணம்
பெண்ணுக்கு!

நிரம்பி வழியும் நீர்நிலை
வேண்டும்!

விவசாயின் கண்ணீர்
நிற்க வேண்டும்!

எவ்விடமும் தமிழ் ஒலிக்க
வேண்டும்!

வேலையில்லா பட்டதாரி
நிலை மாற வேண்டும்!
உழைப்பு கேற்ற மதிப்பு
வேண்டும்!

சமூகமாற்றமே வாழ்க்கை மாற்றம்!
மாற்றம் ஒன்றே
மாறாதது!

**-இரா. கலைவாணி எம்., ஏ.**

## யாவரும் புரட்சியாளரே

வறுமைதனை விரட்டிடவே வாழ்வதனை மறந்திங்கே/
ஓடியாடி வேலையுறும் மாந்தர்களும்/
மலடான மண்ணதனை நாள்தோறும் உழுதுற்று/
மாற்றத்தை உண்டாக்கும் விவசாயி/
கோவணத்தை இடுப்பிலேந்தி கோமகனின்/
மானத்தை காக்கின்ற நெசவாளி/
உயிரதனை பனையம் வைத்து சுத்தம் /
செய்யும் துப்புரவு தொழிலாளி/

குடும்பநலன் மறந்துவிட்டு குமுக நலன்/
பாதுகாக்கும் கண்ணியமிகு காவலரும்/
தீநுண்மி காலத்தில் உலாவரும் கடவுளென/
காக்கின்ற மாண்புமிக்க மருத்துவரும்/
தமிழுக்கு தொண்டுசெய்து தாயகத்தை பேணுகின்ற/
தரம் நிறைந்த அறிஞர்களும்/
உழைப்பினையே உயிராக எண்ணுகின்ற குருதி/
ஓடும் மாந்தராவும் புரட்சியாளரே/

சாதியினை பாடையேற்றி சரித்திரத்தை மாற்றுகின்ற/
பகுத்தறிவு குடிக்கொண்ட மாந்தர்களும்/
பெண்ணியத்தை போற்றிவந்த பேரறிவு/
பெருந்தகையும் பாசமிகு மக்களும்/
பட்டறிவு பகுத்தறிவே பாராள/
செய்யுமென உரைக்கின்ற சான்றோரும்/
அடையாளம் கிட்டாத புரட்சியாளரே!

**-கவிஞர்.மே.மு.மணிமாறன்**

## வருங்காலத்தில் எது வேண்டும்?

அன்னை பூமியில் அமைதி வேண்டும்
ஆற்றல் மிக்க ஆளுமைகள் வேண்டும்
இயற்கை வளம் செழிக்க வேண்டும்
உயர் பாரம்பரியம் மீட்க வேண்டும்
ஊழல் பயங்கரவாதமற்ற தேசம் வேண்டும்
எழுத்தறிவு வேலைவாய்ப்பு பெருக வேண்டும்
ஏர்கால் சீராய் சுழலல் வேண்டும்
ஐயரவு நீக்கும் மெய்யறிவு வேண்டும்
ஒற்றுமை ஒருமைப்பாடு பெருக வேண்டும்
ஓங்கும் நலங்கள் யாவும் வேண்டும்
ஔவியமில்லா அன்பு தழைக்க வேண்டும்
அஃதே இறைவன் அருளல் வேண்டும்!
இன்னும் வருங்காலத்தில் எது வேண்டும்?
தாய்த்தமிழ் மேலும் சிறத்தல் வேண்டும்!

**-சீ.மோகன் ராஜ்**

## வாழவைப்பதையும் சற்று வாழவிடுவோம்

வளர்ச்சிக்கான சிந்தனைகள் பிறக்க வேண்டும், அவை
சிறப்புற செயல்களாக உதிக்க வேண்டும்.

சமத்துவம் வார்த்தைகளாக மட்டும் அல்ல,
மானுட பிறவிகளுக்குள் ஒரு பழக்கமாகவே மாற வேண்டும்.

ஆறறிவில் இருந்து சற்று தப்பிய உயிர்களுக்கும்
கானகத்தில் கைப்பற்றப்படாத இடம் வேண்டும், யாதும்
ஊரே, அவர்களுக்காகவும் படைக்கப்பட்டதே.

உணவே மாமருந்து என்பது போய், மருந்தை உணவாக
உண்ணும்
வாழ்வுமுறைச் சங்கிலி தகர்த்தெறியப்பட வேண்டும்.

தாயிக்கு தெரியும் குழந்தையை பேணி காக்க,
பச்சையனுக்கு உதிரம் பாய்ச்சி விதையில் இருந்து
விண்ணைத்தொட வைக்க மண்ணுக்கு தெரியும், போதும்
உங்கள் பூச்சிக்கொல்லி, உரங்கள் ஆறறிவே.

கற்காலத்திற்கு திரும்ப வேண்டாம், எடுத்த அனைத்தையும் பூமிக்கே மீட்டு கொடுத்து, நம்மை வாழவைத்ததை இன்புற வாழ விடுவோம்.

பிறந்த வளர்ச்சிகள் இருக்கட்டும், இனி பிறப்பவை அழித்தலுக்காக இறாது, இயற்கைக்கும் அளிப்பதற்காக எழுதப்பட வேண்டும்.

மாற்றம் ஒன்றே மாறாதவை, மாற்றங்கள் முயற்சிக்கப்படும்போதெல்லாம், நாம் பயணிக்க புதியதொரு பாதை நிச்சயம் பிறக்கும்!

**-பா.அனுஷாயினி**

## மாற்றங்கள் சிந்தனைகளில் தொடங்கட்டும்

போலி அறிவியலாளர்களின் போதனை புத்தகங்களை, அறிவியல் விடைகளால் கிழித்தெறிவோம்.

சமூக ஊடகங்களின் மாயாஜாலத்தில் மூழ்கியது போதும், வெளியிலும் சற்று தலை நீட்டி நிகழும் நிஜங்களை உணர முயல்வோம்.

ஒரு ஊரில் ஒரு பாட்டி வடை சுட்ட கதைகள் கேட்டது போதும், ஊருக்கு சென்று பாட்டியையும் சற்று பார்த்து வரலாமே.

உடலில் உயிர் தங்கும் வரையிலே, திரவியம் தேட முடியும், உடலுக்கு வேண்டிய ஆற்றலை உரிய வேளைகளில் சரிவர கொடுப்போம்.

எண்ணிலடங்கா காவியங்கள் நம் மொழியில் உண்டு, சிறிது நேரங்களை அவைகளை ரசித்துக் கரைப்போம்.

மனித படைப்பே உன்னதம் தான், அதிலும் மிக உன்னதம் மனிதம், அழியும் தருவாயில் உள்ளது, காக்க கைகொடுப்போம்.

ஏடு அறிய ஒருபொழுதும் மறக்காதே, இது எழுத்துக்களால் நிரம்பிய உலகம், உனக்காக நின்று படித்துக்காட்ட எவரும் இலர்.

முன்னோர்கள் சொல்வதை பின்பற்றுவது அழகுதான்,
எவை எதற்காக வகுக்கப்பட்டது என்பதை பகுத்தறிய ஏழாம் அறிவு தேவை இல்லையே? தெளிவுடன் கடைபிடி.

விழுந்த உன்னை தூக்கி விட கை நீட்டி காத்திராதே,
மறு கை ஊனி எழுந்து நில், முயற்சிக்க மறுத்திருந்தாள் சுகந்திரம் ஏது.

சிறந்த பேச்சாளர்கள் தலைவர்கள் ஆகலாம், தலைவர்கள் பேச்சாளர்களாக மட்டும் இருந்துவிட கூடாது, சிந்தித்து தேர்ந்தெடு.

இளைய சமுதாயம் முறையான பாதையை
தேர்ந்தெடுங்கள்,
சிந்தனைகள் தவறி சிறகடிக்க காரணிகள் பல உண்டு,
ஒழுக்கம் பேணுவோம், உயர்வை காணுவோம்.

எந்திரங்கள் மாபெரும் உதவி தான்,
அனைத்தையுமே விரைந்து முடிப்பது
நொடியில் மறைந்துவிடாதா? தேவைகள் அறிந்து
பயன்படுத்துவோம்.

உயர்வு தாழ்வு பார்க்க மறுப்போம், திணிக்கப்படும்
வேற்றுமை திரியை எரித்தொழிப்போம், இணைந்து
உயர்வோம்
உன்னதம் பேணுவோம்!

**-பா.அனுஷாயினி**

## பெண்ணின் உரிமை

சாதிக்க பிறந்தவளே
வருங்கால பூமியின் எழுச்சி நாயகியே - நீ
ஒளிர பிறந்தவள்,
எதற்காகவும் ஒளிந்து வாழாதே,
உன்னால் முடியும் என நம்பு, உன்னால் மட்டுமே முடியும்
என நம்பு....
உனக்கான உலகம் காத்திருக்கிறது, நீ
சாதனைகள் பல புரிய
எழுந்து வா!!!!!      இந்த சமுதாயத்தில் பல
தடைகளை எதிர்த்து
துணிந்து வா!!!
உனக்கென தனி மதிப்பு உள்ளது, நினைவில் கொள்,
உன்னால் முடியும், உன்னால் மட்டுமே முடியும்....அடிமை
தனத்தை
உடைத்து எழுந்து வா! துணிந்து வா!

**-சு.அ.யாழினி**

## எனது பாரதம்

இந்தியா ஒரு எழுச்சிமிக்க நாடு.. என் இந்தியாவில்
பிறந்ததில் பெரும் மகிழ்சியே......
சாதி மதத்தை வேரறுத்து,
அனைவரும் சமம் என்று நினைத்திடுவேன்.
எங்களது இந்தியாவில் சுதந்திரமாக, சுதந்திர காற்றை
சுவாசிக்கின்றேன்,
வேற்றுமையை வேரறுத்து,
சமத்துவம் என்று முழங்கினேன்.
அனைவரின் ஒற்றுமையே எங்கள் பலம்,
நம் இந்தியாவின் அறிவியல் வளர்ச்சியினால்,
விண்வெளி ஏவுகணையை கண்டேன்.
நமது நாட்டை வல்லரசு நாடாக மாற்ற முயற்சிப்பேன்...
மூடநம்பிக்கையை மக்களிடமிருந்து கலைந்து,
எமது நாட்டில் விதை விதைத்து செழிப்பாக்கி,
சிறு குப்பைகளை கூட உரமாக்கிடுவேன்.
பெண்களுக்கு துணிச்சலை தந்து, கல்வி கற்க சொன்னேன்.
அறத்தை பெருக்கி,
மக்களை ஒன்றுப்படுத்தி
அகிம்சை வழியில் அனைவரையும் ஒன்று சேர்த்தேன்.
மக்களின் நல் எண்ணத்தை புரிந்து கொண்டு,
பஞ்சத்தில் இருந்தவர்களுக்கு
உதவி செய்தேன்.
ஏழை எளிய மக்களைப் பார்த்தேன்,
அவர்களின் கஷ்டங்களை பகிர்ந்துக்கொண்டேன்.
மக்களுக்கு மகிழ்ச்சியை அளிக்கும்
தேவையை முடிந்தவரை பூர்த்தி செய்தேன்!

**-சு.அ.யாழினி**

## சாதி ஒழிப்பு!

சமுதாயம் என்னும் ஓடையிலே...
சாதி என்னும் பெருவெள்ளம் பெருகிறதே
அலை போல மக்கள் அலைந்து போகும்
வாழ்வே இந்த சமுதாயத்தில்....
கப்பல் வெடிகுண்டு தாக்குதல் செய்தாலும்
அழியாது இந்த சாதி கொடுமை
மீன்களுக்கு தீணிப் போடுவது போல்
மனிதனுக்கு சாதியை ஊட்டி வளர்க்கிறது
இன்றைய காலம்
மனிதன் என்பவன் சாதியைப் படைத்தான்
இந்த சாதியிலிருந்து தீண்டாமையை வகுத்தான்
அன்புடன் செய்யும் காதல் திருமணத்தால்
துவண்டு விழும் சாதி
சாதியை ஒழித்து புது உலகை படைப்போம்!

**- சு.அ.யாழினி**

## பெண் ஏன் அடிமையானாள் !!!!

கரிகாலன் கட்டிய கல்லணை போல்
அடுப்பங்கரையே இவளது கோட்டையாம்,
நாட்டையே ஆண்டாலும்
இவளது வீட்டிற்கு இவள் அடிமையாம்,
வாழ்வை வென்றால்
சமுதாயத்தில் வெற்றி பட்டம்
வாழ்வை இழந்தால் சமுதாயத்தில் விதவை பட்டம்மாம்,
ஆணுக்கு நிகராக
ஆற்றல் திறன் மேற்கொண்டாலும்,
நம் சமுதாயத்திற்குள் பயந்து, நடுங்கிவாழும் அடிமை
வாழ்க்கையாம்,
சாயமில்லா மலரைப்போன்று
சமுதாயத்தில் சுயமரியாதை இல்லாமல் வாழ்கிறாள்,
விடியும் நல்ல பொழுதை போன்று
பெண்ணின் அடிமைத்தனமும் இனியாவது விடியட்டும்,
விழித்து கொண்டாய்
விதியை வென்றாய்,
"ஒழிப்போம் பெண்ணின் அடிமைத்தனத்தை"!

- **சு.அ.யாழினி**

## விவசாயி மகன் வெளிநாட்டில்

தாய் கருவிலிருந்து புறப்பட்ட
ஏவுகணைகள் நாங்கள்!
இனி, இழப்பதற்கு எதுவுமில்லை
எழுந்து வா! தமிழா போராடு!

எல்லைகளில்லை எங்களுக்கு!
பாரெங்கும் பரவிக்கிடக்கிறான் தமிழன்
முன்னணி நிறுவனங்களின் முக்கிய
பொறுப்பில் தமிழர்கள்..

மழையில்லை, மகசூல் இல்லை
இன்று – விவசாயி மகன் வெளிநாட்டில்!!!
பனி, வெயில், பட்டினி கடந்து
பணம் அனுப்புகிறான்
தாயிற்கும், தாரத்திற்கும்!

பக்கத்து வீட்டு அண்ணாச்சி
பக்குவமா சொல்றாரு?
உனக்கென்னப்பா!
வெளிநாட்டுப் பணம் வாழ்ற!

ஆம்..
அவன் வாழ்கிறான்
தன்னை வருத்தி,
தன் குடும்பத்தை உயர்த்தி!

ஒண்ட வந்த பிடாரி
ஊர் பிடாரியை விரட்டியதாம்!
ம்ஹூம்..
அந்த கதை தான் இங்கு!

பிழைப்பு நடத்த வந்தவன் - இன்று
ஆட்டைக் கடித்து, மாட்டைக் கடித்து
சிறிதும் தயக்கமின்றி
மனிதனையும் கடிக்கப் பார்க்கிறான்

தமிழர்களாயிற்றே!
வந்தாரையும்,
வசதி படைத்தாரையும் தானே
வாழவைக்கிறோம்!

வீறு கொண்டு எழு தோழா!
அயல்நாட்டவரை நாடி, அவனை
வாழவைத்து, நாம் வாழ்ந்த
குறை வாழ்க்கை போதும்..

நமக்காக வாழ்வோம் வா!
கைகோர்த்து கவலைகள் மறப்போம்!

**-இராம ஹரி பிரகாஷ் (தமிழ் தீவிரன் ஹபி)**

## வீறு கொண்டெழு மனமே

வாழ்க்கைக் கடலில் இளமையின் துணைகொண்டு
இணையில்லா
சாதனைகளைப் படைக்க நீ வீறு கொண்டெழு
இளைஞனே

உந்தன் முயற்சியே
புரட்சியின் வித்தோ
நீ நடந்திடும் பாதையே
நவரசக்கொத்தோ

வாழ்வின் துன்பங்கள்
நம்மை தொட்டுவிட்டாலும்
அதனைத்
தூக்கிப் போட்டு
விரட்டியடிக்கும் வீரனே
வீறுகொண்டெழு

எண்ணற்ற வளங்களைப்பெற
ஏற்றங்களைக் கண்டு
மாற்றங்களைப் அடைந்திட
உனது விடா முயற்சி
எனும் ஆயுதமேஉன்னைக் காக்க உடன் வருமே
கவசம்போல காத்திடுமே

கண்ணில் பட்டதை கண்டு சென்றோம் என்றில்லாமல
கருத்தாய் வாழ வாழ்க்கையில் நல்ல பலன்களைக் காண
நீ முன்னேறிச் சென்றிடு முயற்சித்து உயர்ந்திடு!

**-முனைவர் கவி சு.நாகவள்ளி,மதுரை**

## புரட்சி வேந்தன்

பன்னாட்டு நிறுவனங்கள்
பகலிலும் மோசடிகள்

முளைத்தப் பயிரழிந்து
முற்றிலும் நிறமாறி

மங்கிப் போனதே
பொன் விளைந்த பூமி

பூக்கும் மரமெல்லாம்
தூக்குக் கயிறாய்

தூத்துக்குடிலோ
தோட்டாக்கள்
வரிசையில் நிற்கிறதாம்!

ஏழைகளின் பணத்தை
சுருட்டி முழுங்கி,

ஏப்பம் விடுகிறதே
பல முதலைக்கூட்டம்!

பச்சிளம் முதல் வயதானோர் வரை பாலியல் வன்கொடுமை

கண்டு கொள்ளாமல்
கடந்துச் செல்லேன் யான்

என் தேசத்தின்
தொப்புள்கொடி உறவுகளே

முதுகெலும்பாய் இருந்த
விவசாயம் இன்று

முற்றிலும் அழிந்து விடுமோ கவலையே என்னுள்ளே!

பசியில் தவிக்குதய்யா
பாவம் பல பிஞ்சுகள்

கட்டி காத்தோமா
நமது தேசத்தை

விற்றும், அழித்தும் கொண்டிருக்கிறோமே!

தொடர்கிறது உரிமைக்கேட்டு
பல போராட்டம்

சாதி மத
பேதமின்றி
இணையவே

நாளும் புரட்சி
வேந்தனாக இம்மண்ணிலே

எழுத்தாணி கொண்டு
புரட்சி செய்து வருகிறேன்!

நம் கரங்கள்
புதுயுகம் படைத்திடவே

தேசத்தின் தொப்புள் கொடி உறவுகளே

தரணியாளத் தடைகளாய்
திகழும் இவையாவும்

உடைத்தே பாரினில்
தனியிடம் பிடிப்போம்

தமிழன் என்று
மார்த்தட்டி சொல்லியே
தரணியிலே தலை நிமிர்ந்து நிற்போம்!

**-கவிஞர் பாரதி பாஸ்கி**

## எதற்கு

தேன் இருக்கையில் மது எதற்கு ???
அதனால் வரும் விளைவெதற்கு???
ஊதி மகிழ குழல் இருக்கையில்
உயிர்குடிக்கும் பீடி புகை எதற்கு ???
விரும்பி குடிக்க கஞ்சி கூழ் இருக்கையில்
உயிர்குடிக்கும் கள்ளு எதற்கு???
போதை தரும் இவை அனைத்தும் எதற்கு??
மறந்தாயா மனிதா?
உனக்கும் ஒரு நல் வாழ்க்கை இருக்கு!

**- சிவஸ்ரீ.ம**

## துணிந்து வா

குட்டக் குட்டக் குனியாதே
பெட்டி பாம்பாய் அடங்காதே
மலையே உடைந்து போனாலும்
மங்கை மனமே தேம்பாதே
உயரம் தொடுபவர் ஆடவரோ
உயரச் செய்பவர் பெண்களே
மேடு பள்ளத்தை சமமாக்கு
பெண்ணே உள்ளத்தை பலமாக்கு
உப்புக் கண்ணீரும் தித்திக்கும்
உண்மை உணர்வு சாதிக்கும்
மனதை இரும்பாக்கு- நீ
உலகத்தை உனதாக்கு!

**-சிவஸ்ரீ.ம**

## புரட்சி விதை

புரட்சி..!
எது புரட்சி.?
தர்மமானது தன் பாதையை விடுத்து
அதர்மப் பாதையில் செல்கையில்
தாங்கிக் கொள்ள முடியாத
மனிதர்கள்
தலைதூக்கினால் புரட்சி..!
புரட்சி விதை...
அவ்விதை மரமாகி
கொடுக்கும் கனியே
புரட்சியாளன்...
இயற்கையை அழித்து
செயற்கையை நிலைநாட்ட
முயல்கையில்
அன்னையவளின்
அறிவுரையும் கூட
புரட்சி தான்..!
இரத்தம் சிந்தி
சுரோணிதம் காய
சுதந்திரம் எனும் விதையை
நமக்கு விதைத்து தந்தவர்கள்!

இன்றும் நமக்கு
நம் உரிமையை பறைசாற்றுவதே
இப்புரட்சி விதையைத் தான்!!
புரட்சி செய்வோம்.!
புரட்சியாளனே.!
புறத்தில் புரட்சி.!
அகத்தில் மகிழ்ச்சி.!
நம் தேவையை நாம் கேட்டுப்

பெறுவது கூட இங்கு புரட்சியே.!
புரட்சியை புறம் தள்ளாதே.!
புரட்சியாளனாய் மாறிட வழி செய்.!

**- தமிழினியா**

## தமிழ்ப் புரட்சி

காலச் சுவட்டில் தோய்ந்த தமிழ் - இக்
காலம் தேந்ததந்தோ!
எங்கும் தமிழென்ற நிலைகெட்டு - இன்று
எங்கே தமிழென்ற நிலையானதந்தோ!
தமிழ் ஆட்சியாள வழியில்லை - சூட்டும்
பெயரில் கூட தமிழில்லை!
பேசும் மொழி தூய்மையில்லை!
எழுத்தோ பிழையில்லாமல் இல்லை!
வீட்டிலோ கடைவீதியிலோ தமிழில்லை!
நாட்டிலோ தமிழர்க்கு வாழ வழியில்லை!
தமிழருள் புரட்சி எழ வேண்டும்! - அப்
புரட்சியில் தமிழ் எழ வேண்டும்!
தமிழ் ஆட்சி ஆள வேண்டும்!
தமிழராலது மாட்சியுற வேண்டும்! - நம்
பகைவர் வீழ்ச்சியுற வேண்டும்!

**- அ.முகிலன்**

## பறந்த பசுமையை மறந்த கதை

காணும்வரை குளிர்ச்சி
நாடெங்கும் மகிழ்ச்சி
காட்டின் நடுவே எழுச்சி_அது
செடி என்னும் வளர்ச்சி
ஓசையிடும் பூச்சி
ஓரங்க பூவின் சாட்சி
ஓடிக்கொண்டே இருக்கும் வீழ்ச்சி
உறவின் ஒருக்கண் மருட்சி
பார்லோக செழுமை
பச்சிளம் பசுமை
பாவையின் வளமை
புசித்திடும் இனிமை
மனதின் வறட்சி
மயக்கிடும் புரட்சி
மனிதனின் சூழ்ச்சி
மறைந்திடும் செழுச்சி
வனத்தின் விருட்சி
பூவென்னும் மலர்ச்சி
வாழ்வின் விருட்சி
மனமென்னும் அருட்சி
மலைகளின் வளர்ச்சி
மரமென்னும் குளிர்ச்சி
மலர்களின் கவர்ச்சி
மணமென்னும் சுழற்சி
மானிடனின் வளமை
மரமென்னும் பண்ணை
மண்ணுலகின் பெருமை
ஆதிகால பழமை!

**-ராஜ ராஜேஸ்வரி**

## இயற்கையின் இழப்புகள்

இனிக்கும் தென்றல் எங்கே
இளவும் காற்றின் வாசம் எங்கே
பறந்து விரிந்த மாமரம் எங்கே
பசித்து ருசித்த பசுமைகள் எங்கே
குளுமை கொடுத்த கொடைகள் எங்கே
குனிந்து கொடுத்த கனிகள் எங்கே
மனதில் நிற்கும் மழைத்துளி எங்கே
மனதை மயக்கும் மலர்விழி எங்கே
வாழ்வளிக்கும் வளங்கள் எங்கே
வர்ணனைக்கும் ரசனைகள் எங்கே
மதியை வெல்லும் மனிதநேயம் எங்கே
மரணம் தடுக்கும் மூலிகை எங்கே
காமமற்ற காதல் எங்கே-இவையெல்லாம்
கற்பனை கதையாய் மாறின இங்கே!

**- ராஜ ராஜேஸ்வரி**

## புரட்சியின் பிறப்பிடம்

அநியாயத்தில் உறங்கி கிடக்கும் மானிடர்களுக்கு
மத்தியில்,
பெண்ணே நீ விழித்தெழு, வாழ்வின் நிறம் சிவப்பென்று!
உனை மயக்க பார்க்கும் பிம்பத்திற்கு புகுட்டி விடு
இரத்தத்தின் வாசம் நேர்மை என்று!
உனை வளைக்க பார்க்கும் உலகிற்கு காட்டிவிடு உயிரில்
புதைந்திருப்பது புரட்சி என்று!

**-ஸ்ரீவிகா. ரா**

## உரிமை

ஏற்றமும் மாற்றமும்
வேண்டும் என்றால்
எழுந்து விடு...!
புரட்சி இல்லாமல்
இங்கு
மறுமலர்ச்சி இல்லை...!
தோழானே
இங்கு உரிமையையும்
உரக்கத்தான்
கேட்க வேண்டும்!

**- விசாகன் கார்த்தி**

## அணைக்கவேண்டிய தீ

சாதித் தீ
இந்தச் சமுதாயம்
சாதித்தது என்ன!
சாதித் தீதானே!
சந்ததியை
சாம்பலாக்கும்
சாதித் தீதானே!

இங்கு
சாதி நெருப்பை
மனதில்
கட்டிக்கொள்ளாத
மனிதன் யார்!

வீதிக்கொரு சாதி
சாதிக்கொரு சுடுகாடு
அடடா...
எரிவதில்கூட நமக்கு
ஏற்றத் தாழ்வுகள்!

ஊர்களில் நாம்
சுடுகாட்டைப் பிரித்தோமே
நம் சுவாசக் காற்றைப்
பிரித்தோமா!

அன்று சாதியை
தள்ளி வைத்தோம்
இன்று
கொள்ளி வைத்தோம்
அதுதானே வேறுபாடு!

சாதித் தீயால்
நம் சமுதாயத்தை
சலவை செய்ய
முடியுமா!

இங்கு
தீப் பிடிக்காத
வீடுகள் உண்டு
சாதித்தீ பிடிக்காத
வீடுகள் உண்டா!

இந்தத் தீயை
தீய்பதற்கு
புயல் இன்னும்
புறப்படவில்லை!

ஓசோன் படலத்தில்
ஓட்டைபோல
நம் சமுதாயத்திலும்
சாக்கடையாய் சாதி!

கலப்புத் திருமணம்கூட
இன்னும் சிலருக்கு
கண்ணை மூடிக்கொண்டு
குடிக்கும்
கஷாயமாகவே கசக்கிறது!

சாதி என்ற
அந்த கோரமான
கோரைப்பல்லைப்
பிடுங்கினால்
இந்தியாவிற்கு அழகான
முகம் முளைக்கும்!

**- கலியுக பாரதி அபினேஷ்**

## சமூகநீதியின் குரல்

பேச்சுக் கலையில் பெரும் வித்தகர்......
இன்தமிழ் இலக்கியங்கள் பல படைத்தவர்
தோல்வியையும் வெற்றியாகவே வாழ்க்கையில் கண்டவர்...
தமிழ்நாடு என்றா தனிநாடு கண்ட முதல்வர்...
உலக மக்களின் உள்ளத்தை பேச்சால் கவர்ந்தவர்...
"கத்தியைத் தீட்டாதே உன் புத்தியை தீட்டு"
என்று பகுத்தறிவை ஊட்டியவர்...
அடுக்கு மொழியால் செவிகளில் தேன் பாய்ச்சியவர்...
தமிழ் சமுதாயத்தை சீர்த்திருத்தம் செய்த சிற்பியின்
இளவல்...
அனைவரும் போற்றும் தலைவராய் திகழ்ந்தவர்...
அரசியலில் அரசர்க்கெல்லாம் அரசனாய் இருந்தவர்...
இறப்பிலும் கூட உலகப் புகழ் பெற்றவர்
தீப் பறக்கும் வசனங்களுக்கு சொந்தகாரர்
எதையும் தாங்கும் இதயம் அண்ணா!

**-சு.யாழினி**

## சாமானியனின் (ஏ)மாற்றம் ?

மாற்றங்கள் இங்கு மாறாதது தான்...
தினம்தினம் ஆயிரம் மாற்றங்கள் என் சமூகத்தில்....!!!
ஆனாலும்
சாமானியனுக்கு மட்டும் எல்லா மாற்றங்களும்
ஏமாற்றங்களே !!!!
என்று !!!
என் சமூகத்தில் சாமானியனின் ஏமாற்றம் மாற்றமாக
மாறுகிறதோ
அதுவே நான் விரும்பும் மாற்றம்.....
மாற்றத்தை எதிர்நோக்கி காத்திருக்கும்...!!
சாமானியன்
நன்றி

**-தேடல்மணி**

www.ingramcontent.com/pod-product-compliance
Lightning Source LLC
LaVergne TN
LVHW090344051026
849518LV00006B/2041
* 9 7 8 9 3 5 5 3 3 1 7 9 3 *